MW00760948

# KHO TÀNG
## CÁC GIÁO HUẤN SIÊU VIỆT
## VỀ TRI GIÁC CỦA TRÍ TUỆ
## NGUYÊN THỦY

# KHO TÀNG CÁC GIÁO HUẤN SIÊU VIỆT VỀ TRI GIÁC CỦA TRÍ TUỆ NGUYÊN THỦY

## ORGYEN KUSUM LINGPA

**LIÊN HOA** Việt dịch

NGUYỄN MINH TIẾN hiệu đính

ISBN-13: 978-1985287723
ISBN-10: 1985287722

© All rights reserved. No part of this book may be reproduced by any means without prior written permission from the publisher.

ORGYEN KUSUM LINGPA

LIÊN HOA Việt dịch

NGUYỄN MINH TIẾN hiệu đính

# KHO TÀNG
## CÁC GIÁO HUẤN SIÊU VIỆT
## VỀ TRI GIÁC CỦA TRÍ TUỆ NGUYÊN THỦY

Lời nói đầu của THINLEY NORBU RINPOCHE

NGUYÊN TÁC:

A TREASURY OF SUBLIME INSTRUCTIONS ON THE PERCEPTION OF
PRIMORDIAL WISDOM

Các bài giảng được Sangye Khandro
dịch sang Anh ngữ từ tiếng Tây Tạng

NHÀ XUẤT BẢN LIÊN PHẬT HỘI
UNITED BUDDHIST PUBLISHER (UBP)

# LỜI NÓI ĐẦU

## của Thinley Norbu Rinpoche

Hiện thân vinh quang sự toàn thiện nguyên thủy của hai tích tập và sự thuần tịnh bổn nguyên của hai che chướng được biểu lộ như trạng thái toàn thiện nguyên sơ, Đức Phật nguyên thủy *Samantabhadra* (Phổ Hiền). Sự xuất hiện của quang minh chói lọi và lòng bi mẫn không chướng ngại này được phô diễn như các hiện thân giác ngộ lẫn trí tuệ nguyên thủy. Nó hiển lộ như vô số cảnh giới thanh tịnh vượt khỏi những giới hạn của thực tại. Trong sắp xếp hoàn hảo này của sự bất nhị, biểu thị của bậc bảo hộ nguyên sơ là sự hiện diện tự nhiên toàn khắp vai trò của trí tuệ nguyên thủy và sự phô diễn không thể nghĩ bàn của hoạt động giác ngộ kỳ diệu bao gồm toàn thể thực tại.

Đức *Shakya Thupa* (Đức Phật Thích ca Mâu ni), vị dẫn dắt thứ tư của tất cả chúng sinh đã xuất hiện trong cõi này như suối nguồn của Phật Pháp. Vì hạnh phúc của tất cả chúng sinh cũng như để điều phục những nhu cầu và khuynh hướng của họ bắt nguồn từ nhân và quả, thừa nguyên nhân[1] với những đặc tính đã được giới thiệu. Vì lợi lạc của những người may mắn với căn cơ nhạy bén có khuynh hướng theo đuổi con đường của kết quả và để dẫn dắt họ tới những trạng thái tái sinh cao hơn và tới sự giải thoát thực sự, *Kim Cương thừa* (Mật thừa) đã được giới thiệu.

---

[1] Đại thừa cũng được phân ra thành hai thừa: 1. *Ba la mật thừa* (Thừa Toàn thiện, Thừa Nguyên nhân) bởi trong thừa này các ba la mật của Bồ Tát được nuôi dưỡng như các nguyên nhân của Phật quả trong tương lai, và 2. *Mật thừa*, cũng được gọi là Thừa Kết quả bởi nhờ những thực hành đặc biệt của thừa này mà ta chứng ngộ Trí tuệ Giác ngộ như kết quả thực sự.

Dần dần, những giáo pháp này tìm ra con đường của chúng để đi vào xứ sở Tây Tạng, vốn đang bị che phủ bởi một màn vô minh. Như mặt trời, tám cỗ xe (*thừa*) lớn của các dòng truyền thừa thực hành Pháp đã xua tan bóng tối. Thời kỳ này được gọi là sự truyền bá ban đầu truyền thống *Nyingma*. Các giáo lý trình bày phương pháp truyền thụ trực tiếp của Đức Phật và các luận giảng vĩ đại viết về các giáo lý này được làm sáng tỏ trong thế gian qua những hiển lộ trong thân tướng con người của ba đấng Bồ Tát bảo trợ vĩ đại xuất hiện là *Khenpo Shantirakshita*, *Loppon Padmasambhava*, và Vua Pháp *Trisong Deutsen*.

Được dẫn dắt bởi ba bậc khai sáng lẫy lừng này, một trăm lẻ tám dịch giả và học giả trải qua những gian khổ để có thể đảm đương đầy đủ trách nhiệm truyền bá toàn hảo và trọn vẹn các giáo lý về *sutra* (Kinh điển) và *tantra* (Mật điển) trong xứ Tây Tạng. Nhờ những nỗ lực và thiện tâm vĩ đại của các ngài, toàn thể xứ sở này đã được gia hộ bằng những Pháp ngữ xác thực. Sự truyền bá của trường phái Cựu dịch thuộc Mật thừa, bao gồm các dòng truyền thừa như đại dương của *sutra* và *tantra*, đã tạo nên nền tảng chưa từng có của giáo lý viên mãn và toàn hảo ở Tây Tạng, cùng với tất cả các thừa được trình bày trong sự toàn vẹn của chúng. Các thừa này gồm có *Thanh Văn thừa*, *Độc giác thừa (Duyên giác thừa)* và *Bồ Tát thừa* của sự tiếp cận bằng nguyên nhân; ba thừa *tantra* ngoại gồm *Kriya*, *Upa* và *Yoga tantra*; và ba thừa nội gồm *Mahayoga* của giai đoạn phát triển, *Anu yoga* của giai đoạn thành tựu và giai đoạn giáo huấn trực chỉ Đại Viên mãn của *Ati yoga*. Như vậy, tất cả chín thừa của đạo Phật đã được củng cố vững chắc ở Tây Tạng.

Trong phạm vi của ba trường phái *tantra* nội, hai dòng truyền thừa gồm *kama* (dòng truyền thừa truyền dạy) và *terma* (dòng truyền thừa khám phá) gồm như sau: Dòng *kama* nắm giữ dòng truyền tâm của các *Đấng Chiến Thắng*, dòng truyền thừa chỉ bày bằng biểu tượng của các vị *vidyadhara* (Trì minh vương) và dòng khẩu truyền của những bậc Thầy bình thường. Trong ba dòng truyền thống *terma* vĩ đại, dòng thứ nhất là dòng kế thừa tâm linh đã được tiên tri; dòng thứ hai là dòng được truyền pháp bởi sự khát khao giác ngộ; và dòng thứ ba là dấu ấn giao phó của các *dakini*.[1]

Ba dòng sau nổi bật với truyền thống sâu xa của sự khám phá *terma*, đem theo cùng với nó những sự gia hộ cao cả không bị ô nhiễm. Nhờ lòng từ bi của Đức *Padmasambhava*,[2] hiện thân của tất cả chư Phật, và nhờ Đức *Yeshe Tsogyal*, vị phối ngẫu của ngài về *thân*, *ngữ* và *tâm*, là bậc siêu việt trong tất cả các vị phối ngẫu của phạm vi năm bộ Phật, và cũng nhờ các vị *vidyadhara* thành tựu cao cả, mà dòng *terma* đã được củng cố ở Tây Tạng, trước hết là nhằm mục đích hướng đến chúng sinh trong tương lai.

Qua dòng truyền thừa này, một trăm lẻ tám vị *terton* vĩ đại và thứ yếu hóa thân và khám phá các *terma* phù hợp với những nhu cầu của chúng sinh, khiến cho giáo lý chói ngời khắp mọi nơi như mặt trời mọc.

Theo các tiên tri của *Tertom Nyima Drakpa* thì: "Ở phía bắc xứ *Ahchag*, vào năm Tuất, một bậc Đạo Sư sẽ sinh ra từ giai cấp các *ngakpa (hành giả cư sĩ Mật thừa)*, là tái sinh của ngài *Lhalung Palgyi Dorje*, có tên là *Orgyen*. Lỗ rốn của ngài sẽ được đánh dấu bởi một đám nốt ruồi. Vào năm con Mộc

---

[1] Dakini: thường dịch là thiên nữ hay không hành nữ. Theo niềm tin của Mật tông thì dakini là các vị hộ trì cho hành giả trong quá trình tu tập.

[2] Padmasambhava: Hán dịch là Liên Hoa Sinh, là vị đại sư Ấn Độ sống vào thế kỷ 8, đồng thời với vua Tây Tạng Ngật-lật-sang Đề-tán (Tri-song Det-sen), nổi tiếng vì đã thành công rực rỡ trong sự truyền bá Phật giáo sang Tây Tạng và sáng lập tông Ninh-mã (Nyingmapa). Cuộc đời hoằng hóa của Ngài được truyền tụng khắp nước Tây Tạng với vô số những huyền thoại và kỳ tích. Rất nhiều người Tây Tạng xem ngài là vị Phật thứ hai (sau Phật Thích-ca).

Thìn, trong xứ *Ahchag*, là một *terton* của chín mạn-đà-la về Bổn tôn, Ngài sẽ đem niềm vui lớn lao đến cho xứ tuyết Tây Tạng và sẽ giải trừ nỗi đau khổ trong phương bắc xứ *Ahchag*."

Các tiên tri khác, cũng như các tiên đoán và tuyên bố đã được đưa ra bởi các Đạo sư lừng danh như *Dzogchen Migyur Namkha'i Dorje*, vị *Dodrubchen* tiền nhiệm, *Ahphong Terton*, *Uza Khandro* và nhiều vị khác.

Phù hợp với tất cả các tiên tri này, xuất phát từ sáu dòng họ lớn ở Tây Tạng, trong một dòng họ tên là *Ahpho* - là giai cấp lớn nhất trong mười tám giai cấp - một đứa bé được sinh ra là con của *yogin Lhundrub Gonpo*. Đây chính là một Đạo sư hóa thân cao cấp và sự tái sinh của ông đã được các bậc Thầy vĩ đại tiên đoán. Tên mẹ em bé là *Padma Tso*. Là hóa thân của một trong hai mươi lăm đệ tử thân thiết của Đức *Padmasambhava*, em là một lưu xuất của Đức *Vajrapani* (Kim Cương Thủ), và hóa thân của ngài *Lhalung Palgyi Dorje*. Về sau, em bé này được biết đến với danh hiệu là *Padma Tumdrag Duddul Dorje Rolpa Tsal Orgyen Kusum Lingpa*. Ngài đã học tập dưới chân của hơn một trăm bậc Thầy tâm linh đức hạnh, hấp thụ sự truyền dạy như đại dương của các dòng truyền thừa *sutra*, *tantra*, *kama* và *terma*, phát triển ba cấp độ trí tuệ.

Phù hợp với các tiên tri được đưa ra bởi các bậc Đạo sư vĩ đại trong quá khứ, Ngài *Tumdrag Dorje* bắt đầu khám phá các *terma* đất, *terma* tâm và các *terma* từ thị kiến thanh tịnh để đáp ứng các nhu cầu và khả năng của chúng sinh, phù hợp với các mức độ tiếp thu của họ: cao cấp, bình thường và phổ quát.

Trong tháng ba năm 1994, ngài đã du hành tới lục địa phía bắc mà tên của nó bắt đầu với âm thanh bản tánh vô sinh của chân lý: *Ah-America*. Đến nơi, ngài bắt đầu quay bánh xe *Tối thượng thừa*, *ati yoga*, vì lợi lạc của những người thọ nhận may mắn. Trong những phần của thừa *ati yoga*: phần tâm, phần không gian, và phần giáo huấn trực chỉ bí mật, ngài đã dạy tinh túy của phần giáo huấn trực chỉ.

Trong hai cấp độ thuộc phần giáo huấn trực chỉ, cấp độ thứ nhất, cái thấy về *trekchod*, sự cắt đứt một cách vững chắc, cho phép ta đi tới một kết luận dứt khoát về cái thấy sự thuần tịnh nguyên sơ, tâm của Pháp thân, hiện thân của thực tại tuyệt đối. Cấp độ thứ hai, con đường *togal*, vượt qua với sự hiện diện tự nhiên, cho phép ta chứng ngộ tịnh quang, tâm hiện diện tự nhiên của Báo thân, hiện thân của hỉ lạc.

*Terton Orgyen Kusum Lingpa* đã ban các giáo lý về tinh túy của *trekchod*, được rút ra từ các giáo huấn căn bản quý báu không thể nghĩ bàn về giáo lý cốt tuỷ để thành tựu *trekchod*. Trước tiên, các giáo huấn này được giới thiệu với thế gian bởi sự hóa thân làm người của Đức *Vajrasattva* (Kim Cương Tát Đỏa) tuyệt hảo. Vị Phật này đã xuất hiện như vị vua của tất cả các *vidyadhara*: *Vidyadhara Garab Dorje* vô song.

*Garab Dorje* đã ban các giáo huấn này như di chúc cuối cùng cho đệ tử chính của ngài là J ¡mpl *Shenyen* (*Manjushrimitra*). Nhờ lòng từ bi của ngài, các giáo huấn dành cho những người thọ nhận may mắn có tri giác nhạy bén tốt nhất gọi là *"Ba lời đánh vào điểm trọng yếu"*, là những giáo huấn trực chỉ tự nhiên. Nếu chúng được hoàn toàn nhập tâm, thì chúng là, như có nói trong giáo lý cao cả của Shri Gyalpo, "tâm yếu tràn đầy ý nghĩa sâu xa. Là các giáo huấn tinh túy, đừng bao giờ xa lìa điểm then chốt của nghĩa. Đừng bao giờ tự cho phép mình xao nhãng những giáo huấn cốt tủy này." Phù hợp với lời dạy này, tất các các đệ tử may mắn đã nhận lãnh những giáo huấn trực chỉ này, thay vì quảng cáo chúng thì nên khắc ghi chúng vào tâm khảm qua sự áp dụng thực tiễn.

Hơn nữa, đối với những ai có căn cơ trung bình, ngài *Orgyen Kusum Lingpa* đã ban cho các giáo huấn cốt tủy để đạt được giải thoát trong *bardo*. Như đã được nói rõ trong *Dra Thal Gyur*: "Những phân biệt tự nhiên về các thời kỳ chuyển tiếp gọi là các *bardo* có bốn chi: *Bardo* Đời Này, *Bardo* Vào Lúc Chết, *Bardo* Pháp tánh và *Bardo* Trở thành".

*Bardo* Trạng thái Mộng và *Bardo* Thiền định gắn liền với *Bardo* Đời Này. Nếu ta phải định rõ sự khác biệt của sáu loại thì *Bardo* Trạng thái Mộng và *Bardo* Thiền định sẽ được xem như là *bardo* thứ năm và thứ sáu. Trong cả hai trường hợp, thời kỳ gọi là *Bardo* Đời Này là thời kỳ từ lúc sinh ra tới lúc chết. Trong khoảng thời gian đó ta phải hoàn thiện ba cấp độ của trí tuệ để cắt đứt mọi dấu vết hoài nghi.

Các giáo huấn trực chỉ này được áp dụng theo cách giống như con chim sẻ đi vào tổ, một hành động được thực hiện không chút ngại ngần nào. Nhờ sự thọ nhận các giáo huấn này và việc thực hành chúng một cách phù hợp, sự giải thoát có thể xảy ra trong *Bardo Đời Này*.

Các giáo lý về *Bardo Trạng thái Mộng* được gọi là "*lấy giác tánh tịnh quang làm con đường*", là các giáo huấn trực chỉ rằng việc tự giải thoát mê lầm giống như một ngọn nến được đốt lên trong bóng tối.

*Bardo Thiền định* được gọi là "*sự làm sáng tỏ về điều không xác thực*", giống như việc nhận lãnh mệnh lệnh được đóng dấu ấn của vua, hay giống như một đứa con lạc loài gặp được mẹ.

Các giáo lý về *Bardo Vào Lúc Chết* được gọi là các giáo huấn trực chỉ giống như sự hoàn toàn tinh lọc vàng hay sự chú tâm theo cách như một bé gái xinh xắn nhìn ngắm bóng mình trong gương.

*Bardo Pháp tánh* là kinh nghiệm thành tựu xác tín vào bản tánh của những hình tượng tự-xuất hiện, giống như đứa con nhảy vào lòng mẹ một cách thoải mái.

Các giáo huấn trực chỉ về *Bardo Trở thành* thì tương tự như dòng nước được định hướng vào trong một ống dẫn nước tưới.

Các sự gia hộ được nhận qua các luận giảng này về sáu giai đoạn chuyển tiếp giống như một con sông nước dâng cao vào mùa xuân, vì thế không nên nghi ngờ lòng từ bi vĩ đại của Đạo Sư, cội gốc của công đức này thật vĩ đại và không thể phủ nhận. Nhờ công lực của công đức này, cầu mong có được sự lợi lạc và tốt lành trong các cõi của thế giới.

Cuối cùng, tôi dâng lời cầu nguyện tha thiết rằng, những người có đức tin vững chắc có thể chạm mặt với các sự tự-xuất hiện như sự phô diễn của các Bổn tôn từ hòa và phẫn nộ, quả cầu kim cương của thực tại tuyệt đối, và trong đó một *mạn-đà-la* vô hạn được an trụ trong trạng thái tự do tuyệt đối.

Theo thỉnh cầu của hành giả *Sangye Khandro* và những người khác, bài tựa này được tôi, *Thinley Norbu*, viết ra đúng vào lúc tôi đang chuẩn bị khởi hành từ phía bắc Châu Mỹ đến xứ sở linh thiêng phía đông của rặng núi *Himalaya*, suối nguồn của giáo lý này và là nơi sinh của người thừa kế tất cả các Đấng Chiến thắng, đấng đã thành tựu tất cả những gì ý nghĩa: Đức Phật *Thích-ca Mâu-ni.*

# ĐỀ TỰA CỦA NGƯỜI BIÊN TẬP BẢN ANH NGỮ

Hai cuộc hội thảo hình thành quyển sách này đã được Đức *Orgyen Kusum Lingpa* ban cho trong chuyến thăm viếng Hoa Kỳ lần đầu tiên của Ngài vào mùa xuân năm 1994. Các giáo lý Sáu *bardo* được thuyết giảng ở *Tashi Choling* tại *Asland*, bang *Oregon* và các giáo lý về Ba Lời Đánh vào Điểm Trọng Yếu được thuyết giảng ở *Los Angeles*, bang *California*.

Nếu không nhờ sự thỉnh mời tốt lành được gửi đi bởi *Chagdud Rinpoche* và *Gyatrul Rinpoche* thì chúng tôi sẽ không có cơ hội được gặp His Holiness *Orgyen Kusum Lingpa*. Vì thế, chúng tôi mãi mãi nhớ ơn hai ngài. *Sangye Khandro* và *Richard Barron* là những dịch giả rộng lượng và không mệt mỏi, đã có đủ dũng khí để nhảy thẳng vào một ngôn ngữ rất khó khăn. Nhiều người khác đã tham gia chuẩn bị để chuyến viếng thăm Hoa Kỳ lần đầu tiên của His Holiness *Orgyen Kusum Lingpa* có thể thực hiện, và mặc dầu chúng tôi không thể bắt đầu cảm ơn mọi người về lòng tốt của họ, chúng tôi muốn bày tỏ lòng biết ơn đến *Lingtrul Rinpoche, Tulku Thubten Lodro, Lama Chonam, Sondra Bennett, Leonard Cohen, Kay Henry, Richard Rutowski, Oliver Stone, Richard Wechsler*, cũng như các tăng đoàn của *Yeshe Nyingpo* và Tổ chức *Chagdud Gonpa*.

Đối với quyển sách này, chúng tôi muốn cảm ơn *Sangye Khandro* trong việc duyệt lại các băng ghi âm về Sáu *bardo* cho chính xác và *Tulku Thubten Lodro* đã mở lòng từ bi xem lại những bài giảng về Ba Lời Đánh vào Điểm Trọng yếu. Thêm vào đó, *Erik Drew* và *Richard Barron* đã ngồi nhiều giờ để hiệu đính và sửa chữa, kiên nhẫn phiên dịch những câu hỏi của chúng tôi tới *Orgyen Kusum Lingpa* và những hiệu đính của ngài cho chúng tôi.

Cuối cùng, chúng tôi cảm kích sâu xa những nỗ lực của *Richard Barron* và *Jeannie McSloy* trong giai đoạn sau cùng của việc biên tập để xem xét lại những chỗ khó hiểu và giúp làm cho chúng rõ ràng hơn.

Đặc biệt nhất, chúng tôi muốn cảm ơn Đức *Orgyen Kusum Lingpa*, bậc đã dâng hiến cuộc đời mình để làm cho những giáo huấn quý báu như thế này có thể có mặt ở cả phương Tây và phương Đông.

*Nhờ công đức này cầu mong tất cả đạt được toàn giác*
*Cầu mong công đức này đánh tan kẻ địch thù tà hạnh*
*Từ cơn phong ba của sinh, già, bệnh, chết*
*Từ đại dương của sinh tử, cầu mong con giải thoát tất cả chúng*
*sinh.*

**Kelley Lynch** và **Douglas Penick**

Các Giáo huấn Tinh tuý về
Giai đoạn Thành tựu trong bardo
Soi sáng Bóng tối của Tri giác mê lầm
được gọi là:
Kho tàng các Giáo huấn Siêu việt
về Tri giác của Trí tuệ Nguyên thủy

*Con quỳ lạy và quy y tất cả những bậc dẫn dắt tâm linh vô song, là những bậc sở hữu lòng đại bi vô niệm, mãi mãi!*

*Trong sự bất khả phân của tánh Không và giác tánh thoát khỏi sự che chướng, là ấn hiện thân sự chói lọi sâu thẳm của năm trạng thái viên mãn tự nhiên. Từ những trạng thái này, hàng triệu sự xuất hiện huyễn hóa muôn hình vạn trạng biểu lộ như một sự tán thán hỉ lạc. Với sự kính ngưỡng, con cúi đầu trước pháp giới sự phô diễn Không - Giác của các Bổn tôn từ hòa và phẫn nộ cùng quyến thuộc của các ngài.*

*Bởi tập quán sai lầm trong việc xem các ý niệm và những sự xuất hiện (hình tướng) là thật có, những vũ sư nam và nữ của ấn không thực thể, biến đổi liên tục như những bong bóng nước xuất hiện.*

*Nhằm chứng ngộ tánh nhất như của sự phô diễn đó nên những giáo huấn siêu việt này được trình bày.*

**Tulku Hung-Kar Dorje**

# GIẢI THOÁT
# NHỜ LẮNG NGHE
# TRONG BARDO

# CHƯƠNG 1
# DẪN NHẬP

Nhiều người đã tụ họp ở đây tối nay, và tôi rất vui sướng được gặp mỗi người trong các bạn. Tôi cảm kích trước việc các bạn quan tâm tới đời sống tâm linh, trước đức tin của các bạn, và trước sự nối kết giữa các bạn với giáo lý đạo Phật. Thật tốt đẹp thay việc các bạn chú tâm tới định luật nghiệp báo, nhân quả, và việc các bạn quan tâm tới những đời sống trong tương lai của mình. Điều quan trọng là phải hành xử một cách có trách nhiệm trong đời này. Tất cả chúng ta đều cần ăn uống, cần những y phục tiện dụng, và ở một mức độ nhất định, cần vui hưởng cuộc đời của chính mình. Nhưng tối quan trọng là chúng ta cần chuẩn bị cho những đời sống tương lai, bởi lẽ cuộc đời này là vô thường. Ở tuổi bốn mươi, năm mươi, sáu mươi hay bảy mươi, chúng ta phải từ bỏ cuộc sống tạm thời này. Tất cả chúng ta đều phải chết! Và vào lúc đó chúng ta không thể đem theo mình bất kỳ thứ gì. Rõ ràng là chúng ta không thể mang theo thân xác. Điều chúng ta đem theo khi từ giã cuộc đời này là tâm thức của chúng ta.

Cái chết là một sự biến đổi của tri giác, tương tự như việc đi vào trạng thái mộng mỗi đêm. Khi tâm thức rời bỏ thể xác, nó tiếp tục trải qua những kinh nghiệm tâm linh mới. Vào lúc chết, thể xác ngừng hiện hữu và tan trở lại vào các yếu tố (các đại). Lời nói (ngữ) của người đã chết cũng tan biến. Tuy nhiên, tâm là một hình thức trống không thì không chết. Từ vô thủy cho tới giây phút hiện tại, tâm thức ta đã từng đi vào nhiều trạng thái khác nhau của sự tái sinh trong sáu cõi luân hồi. Tuy thế, nó không bao giờ tồn tại mãi mãi trong bất kỳ trạng thái nào của những sự tái sinh đó.

Với trí tuệ và lòng bi mẫn vĩ đại, Đức Phật *Thích-ca Mâu-ni* đã đến thế giới này và truyền dạy tám mươi bốn ngàn pháp môn. Những giáo lý này khám phá con đường hướng đến giải thoát. Cốt tủy của những giáo lý này là tự chế không làm hại mọi chúng sinh,[1] khơi dậy tâm *Bồ-đề*, là tâm tỉnh thức, vì sự lợi lạc của tất cả chúng sinh, và tận lực để tự đưa mình và những người khác cùng thoát khỏi đau khổ, khiến cho sự an bình và tĩnh lặng được thành tựu.

Một khi đi vào con đường này, các bạn cần xem xét động lực của các bạn. Các bạn cần kiềm chế trước những hành động không lành mạnh, bất thiện, và xoay chuyển tâm hướng về những tư tưởng, hành động lành mạnh và đức hạnh. Những tư tưởng, hành động không lành mạnh và bất thiện bị thúc đẩy bởi tham, sân, si, được gọi là *ba độc*. Ba độc này phải bị loại bỏ. Các giáo lý của con đường Bồ Tát đặt tầm quan trọng trong việc tích tập đức hạnh, là điều hoàn toàn tùy thuộc vào động lực của các bạn. Các bạn phát khởi động lực đúng đắn bằng cách suy tưởng rằng: Từ vô thủy cho tới giây phút này, tất cả chúng sinh, vào lúc này hay lúc khác đã từng là những cha mẹ tốt lành và thân yêu của các bạn. Các bạn nên suy xét rằng mỗi một chúng sinh đều đã từng có lúc ban tặng cho bạn cuộc đời, nuôi dưỡng bạn và đối xử với bạn hết sức tốt lành. Vì tất cả chúng sinh đã đối xử với bạn bằng một sự tốt lành vĩ đại như thế trong quá khứ nên đến lượt các bạn, các bạn cũng phải trải bày lòng tốt lành đối với họ.

Mọi người đều ước muốn hạnh phúc. Nhưng vì không hiểu làm thế nào tích tập các nguyên nhân để đưa đến hạnh phúc nên mỗi người tiếp tục tích tập các nguyên nhân tạo ra đau khổ. Việc không nhận định được cách thức loại bỏ các nguyên nhân tiêu cực này chỉ đem lại thêm đau khổ. Những gì ta ước muốn và những gì ta nhận được trái nghịch lẫn nhau. Đó là

---

[1] Phạn ngữ là aḥiṃsā, thường dịch là bất hại, có nghĩa là tránh tất cả mọi hình thức làm tổn hại đến sự sống của muôn loài.

một tình huống hoàn toàn vô ích. Việc thấy được nỗi nhọc nhằn đó phải làm cho lòng bi mẫn lớn lao tuôn trào trong các bạn, phát sinh một sự xác tín mãnh liệt riêng tư là thành tựu con đường này để giải thoát tất cả chúng sinh khỏi đau khổ, và cuối cùng dẫn dắt họ tới trạng thái giải thoát. Đây là sự cam kết mà tất cả chúng ta cần thực hiện. Đây chính là động lực của chúng ta.

Các giáo lý của Đức Phật chia làm hai loại: *sutra* (kinh) và *tantra*.[1] Sự giảng giải về ý hướng hay động lực đức hạnh thì thuộc loại giáo lý kinh điển và cũng là nền tảng cho *tantra*. Theo con đường mật chú, *Vajrayana* (*Kim Cương thừa*), ta không chỉ nuôi dưỡng ý hướng đức hạnh mà đồng thời ta cần phát triển cách nhìn linh thánh. Các con đường *sutra* và *tantra* là những con đường tâm linh với cùng ý hướng: loại trừ các che chướng và tích tập hai loại công đức, được gọi là công đức thông thường và công đức trí tuệ. Cả hai con đường đều đưa ta thoát khỏi đau khổ đi tới giải thoát. Con đường *tantra* có nhiều phương pháp hơn con đường *sutra* và các phương pháp này đưa ta nhanh chóng đi tới trạng thái giải thoát. Con đường *tantra* bao gồm ít gian khổ hơn, thiết thực và trực tiếp hơn con đường *sutra*. Tuy nhiên, con đường *tantra* đưa ra yêu cầu to lớn nơi hành giả, vì thế điều cần thiết đối với hành giả là có tri giác nhạy bén và sự tinh tấn vĩ đại để việc sử dụng những phương pháp này nhanh chóng đưa tới giải thoát.

Hành giả *Kim Cương thừa* phải phát khởi một thái độ bi mẫn trong khi duy trì một cái nhìn linh thánh về môi trường quanh mình. Theo con đường *Kim Cương thừa*, một hành giả với cái nhìn linh thánh sẽ không kinh nghiệm căn phòng này là một căn phòng bình thường, được làm bằng những vật liệu thông thường. Trái lại, một hành giả như thế sẽ kinh nghiệm nó là một cảnh giới thanh tịnh. Anh ta nhận thức vị Thầy

---

[1] Tức Kinh điển và Mật điển

không là một con người bình thường, mà đúng hơn là một bậc giác ngộ, hiện thân của ba Thân (Pháp Thân, Báo Thân và Hóa Thân). Những người hiện diện và đang lắng nghe giáo lý được nhìn như các vị trời, thiên nữ hay các Bồ Tát. Các giáo lý được nhận thức như sự Chuyển Pháp luân vĩ đại.

Khi một người đang nhận lãnh các giáo lý, điều quan trọng là giải thoát khỏi ba khiếm khuyết của một bình chứa (*pháp khí*), sáu sự ô nhiễm và năm cách sai lầm trong sự hiểu biết hay nhớ tưởng.

Về ba khiếm khuyết của một bình chứa, khiếm khuyết thứ nhất là giống như một cái bình lật úp. Không thứ gì có thể đi vào một bình chứa như thế. Khiếm khuyết thứ hai là giống như một bình chứa có đáy bị rò rỉ. Không thứ gì có thể được cầm giữ. Khiếm khuyết thứ ba là giống như một bình chứa bị dơ bẩn bởi chất độc. Trong trường hợp này, bất kỳ giáo lý nào được đưa vào một bình chứa như thế, bản thân chúng sẽ bị dơ bẩn khi trộn lẫn với những tà kiến. Khi thọ nhận những giáo lý tâm linh, mỗi khiếm khuyết như trên đều phải bị loại bỏ.

Sáu ô nhiễm là (1) sự kiêu ngạo hay tự phụ, (2) thiếu đức tin, (3) thiếu quan tâm hay nỗ lực, (4) phóng tâm hướng ngoại, (5) sự thu rút vào trong hoặc sự căng thẳng, và (6) lắng nghe với sự hối tiếc hay thất vọng. Tất cả những điều này phải bị loại bỏ.

Năm cách thức sai lầm trong việc hiểu biết hay nhớ tưởng là (1) hiểu biết ngôn từ nhưng quên ý nghĩa, (2) hiểu biết ý nghĩa nhưng quên ngôn từ, (3) hiểu biết cả hai nhưng không thấu suốt, (4) hiểu biết chúng một cách lộn xộn; và (5) hiểu biết chúng một cách sai lệch. Những cách thức này cũng phải bị loại bỏ vào lúc ta nhận lãnh các giáo lý.

Khi nhận lãnh các giáo lý, ta cần cố gắng ngồi một cách khiêm tốn, lắng nghe với một tâm thức mở rộng. Bốn nhân thức cần được củng cố. Đó là nghĩ tưởng chính tự thân các bạn như người bị bệnh; nghĩ tưởng Pháp như thuốc trị bệnh; nghĩ tưởng bậc thiện tri thức như một bác sĩ tài giỏi; và nghĩ tưởng sự thực hành như cách thức để bình phục.

Hơn nữa, khi lắng nghe giáo lý các bạn cần nỗ lực phát khởi sáu *ba-la-mật.* Đó là: bố thí, trì giới, nhẫn nhục, tinh tấn, thiền định và trí tuệ, hay sự thấu hiểu siêu việt.

Theo truyền thống, ngay trước khi giáo lý được ban cho, một nhạc khí triệu tập các người học Pháp lại. Khi nghe âm thanh, họ lập tức nhận ra nó như một biểu thị của Pháp. Các khí cụ được dùng là những cồng chiêng, gậy gỗ, vỏ ốc, chuông, và ngay cả những hòn đá. Khi âm thanh đầu tiên được nghe thấy, nếu sự hoan hỉ phát sinh trong tâm thức ta thì chỉ riêng điều này đã có thể phá tan được những tích tập tiêu cực của nghiệp trong nhiều đời.

Tối nay, tôi đã quyết định bắt đầu các giáo lý về sáu *bardo,* hay sáu trạng thái trung gian. Sự thấu hiểu các *bardo* này đặc biệt quan trọng vào giây phút quyết định của đời các bạn, là lúc các bạn chết. Chỉ có một cách thức để chuẩn bị cho giây phút các bạn chết, và đó là bằng thực hành tâm linh. Không còn cách nào khác!

Các giáo lý về sáu *bardo* là các khám phá *terma* được *Terton Karma Lingpa,* một trong những bậc Thầy vĩ đại nhất của Tây Tạng, đem tới thế giới này. *Karma Lingpa* sinh khoảng 500 năm trước đây ở *Kongpo,* Tây Tạng. Ngài là một bậc chứng ngộ vĩ đại không thể nghĩ bàn. Các khám phá về sáu *bardo* này đến trực tiếp từ Đức Phật *Vajrasattva* (Kim Cương Tát Đỏa), đến Đức *Vajrapani* (Kim Cương Thủ), rồi tới *Guru Rinpoche* (Đức Liên Hoa Sanh), và cuối cùng tới *Karma Lingpa.*

Theo truyền thống, giáo lý này được phân làm ba phần. Giai đoạn khởi đầu được gọi là *thiện hạnh vào lúc bắt đầu.*

Các giáo lý chính là *thiện hạnh ở khoảng giữa*. Các giáo huấn cuối cùng là *thiện hạnh vào lúc kết thúc*. Chúng ta đã đi được những bước chuẩn bị cho *thiện hạnh vào lúc bắt đầu*, và những bước đó đang duy trì động lực thanh tịnh, sự tẩy trừ tà kiến, tri giác về vị Thầy tâm linh và bản thân ta trong cái nhìn linh thánh khi thọ nhận các giáo lý.

*Thiện hạnh vào lúc bắt đầu* liên quan tới việc chế ngự tâm thức khiến ta được thư thản và cởi mở trước các giáo lý. Bản thân các giáo lý là *thiện hạnh ở khoảng giữa* và cho phép ta đi tới một kết luận dứt khoát mà trong trường hợp này sẽ có nghĩa là hoàn toàn thấu hiểu sáu *bardo*.

Cuối cùng, *thiện hạnh vào lúc kết thúc* bao gồm các thực hành giúp phân biệt rõ ràng giữa luân hồi sinh tử và Niết-bàn. Bằng cách ấy, nó chuẩn bị cho chúng ta chuyển tiếp từ đời này sang đời sau.

Việc tiếp cận cái chết của ta giống như bắt gặp khuôn mặt chính mình trong một tấm gương. Chúng ta là ai, đó là cái được phản chiếu ở đấy vào lúc đó. Những gì chúng ta sẽ mang theo là công đức ta đã tích tập và điều này sẽ tùy thuộc ở các giáo lý ta đã từng thọ nhận và thực hành trong suốt đời ta. Sự quý báu của việc nhận lãnh các giáo lý như thế không bao giờ có thể bị đánh giá thấp. Chúng tuyệt đối cần thiết trong việc chuẩn bị sự chuyển tiếp từ đời này sang đời sau. Nếu các bạn đã nhận lãnh các sự truyền Pháp đúng đắn và đã thực hành chúng trong đời, thì các bạn sẽ được chuẩn bị tốt để đi vào *bardo*, trạng thái trung gian. Các bạn sẽ không tái sinh trong các cõi thấp mà sẽ có thể hướng tâm thức tới các trạng thái tái sinh cao hơn như các cõi người và cõi trời. Nếu các bạn tái sinh cao hơn, các bạn vẫn còn bị mắc kẹt trong vòng sinh tử và vì thế thật lý tưởng là các bạn cần nỗ lực để đạt được sự giải thoát hoàn toàn. Các giáo lý về sáu *bardo* mô tả chính xác điều gì xảy ra trong mỗi giai đoạn mà chúng ta sẽ trải qua và làm thế nào để chuẩn bị tốt đẹp các sự chuyển tiếp này.

Các giáo lý về sáu *bardo* là những cách đối trị hữu hiệu cho những ai bị ám ảnh bởi sự sân hận, tham muốn và si mê ghê gớm, tức là ba độc. Đối với những người bị ba độc đó thiêu đốt, những giáo lý này là những cách đối trị hữu hiệu. Chúng cũng là những đối trị mạnh mẽ cho những ai khinh suất đối với các cam kết và hứa nguyện mà họ đã phát khởi, cho những người có tính quy ngã và chỉ quan tâm tới những hoàn cảnh của riêng họ, chỉ nghĩ tới hạnh phúc cá nhân khi làm hại người khác. Những giáo lý này là sự đối trị hữu hiệu đối với các chướng ngại trên con đường tâm linh.

Các giáo lý về sáu *bardo* đã được truyền xuống qua một dòng truyền thừa không đứt đoạn của sự truyền dạy tâm linh cho tới ngay giây phút này và đã chịu đựng thử nghiệm của thời gian. Những giáo lý này cung cấp các phương pháp chuẩn bị cho đời sau của các bạn, cũng như cho giai đoạn chuyển tiếp giữa đời này và đời sau. Chúng là các giáo huấn trực chỉ tinh tuý.

Một cách lý tưởng, các giáo lý về sáu *bardo* cần được ban cho trong một khung cảnh nơi vị Thầy và các đệ tử gặp gỡ mỗi sáng vào lúc tám giờ, tạm ngưng khoảng giữa trưa tới hai giờ, rồi lại tiếp tục lúc hai giờ và kéo dài tới khoảng sáu giờ, liên tục theo cách này mỗi ngày trong khoảng một trăm ngày. Đó là cách tôi dạy giáo lý này ở Tây Tạng, vì đề tài rộng lớn và đòi hỏi sự soạn thảo thật công phu.

Trong quá khứ, dân Tây Tạng đã đeo túi đựng nhiều đồ dự trữ cột chặt vào ngực và vượt qua những quãng đường thật xa để nghe Pháp. Họ có thể du hành nhiều tuần hay nhiều tháng để tìm một vị Đạo sư có phẩm chất mà từ ngài họ có thể nhận lãnh các giáo lý thuộc loại này. Giáo Pháp rất khó được thọ nhận. Chúng cực kỳ quý giá! Thật hi hữu mới gặp được một vị Thầy nắm giữ những dòng truyền thừa này và đang ước muốn truyền dạy giáo lý.

Các bạn thật may mắn được tiếp đón nhiều đại *Lama*. Các ngài đã đến đây bởi các ngài muốn giảng dạy Pháp và giúp đỡ các bạn. Các ngài đã đi thẳng vào cửa chính của các bạn. Đó là một tình huống duy nhất. Ở Tây Tạng thì không bao giờ như thế. Có đến mười ngàn người có thể tham dự các buổi giảng Pháp ở Tây Tạng. Ở Mỹ, rất ít người đến nghe Pháp. Điều này dường như rất lạ lùng vì ai nấy đều phải chết nhưng lại rất ít người quan tâm tới việc chuẩn bị cho thời điểm thực sự là giây phút quan trọng nhất trong đời họ. Ở đây có vẻ như không có một mối quan tâm mạnh mẽ đối với Pháp. Người ta quan tâm chút ít và có thể muốn học hỏi, nhưng Pháp không thực sự đi vào trái tim họ. Mặc dù Pháp là cái gì chân chính và quý giá như vàng, nhưng nó đã không được nhận biết như thế.

Các bạn có may mắn to lớn được nghe Giáo Pháp, nhưng tâm thức các bạn lại không hoàn toàn thấu hiểu tầm quan trọng của nó. Trong đời bạn, không có gì quý báu hay quan trọng hơn việc học Pháp, thực hành Pháp và nhận thức rõ rằng vị Thầy có khả năng ban cho bạn món quà to lớn nhất mà bạn sẽ thọ nhận mãi mãi. Các bạn nên hiểu rằng, Pháp là một chất cam lồ quý giá và khi có được một cơ hội để nghe Pháp, các bạn nên thấu hiểu rằng một cơ hội như thế hiếm hoi như thế nào. Tôi để ý rằng những người phương Tây hạn chế thời gian thực hành và học Pháp chỉ trong ít giờ mỗi tuần. Như thế, thời gian còn lại để làm gì? Cũng vẫn chuyện cũ như vậy. Mọi người nói chung bị lôi cuốn trong sự vô minh luẩn quẩn và việc thâu hoạch vật chất.

Chỉ riêng các giáo lý *bardo* đã chiếm gần 500 trang và vì thế tôi không có thời gian để dạy rộng rãi như tôi mong muốn, nhưng tôi muốn tất cả các bạn hiểu rằng điều rất quan trọng là phải tránh tái sinh trong các cõi thấp. Điều tối quan trọng mà các bạn có thể làm trong đời này là thực hành Pháp để có thể đạt được giải thoát khi giã từ cuộc đời này. Đó là con đường mà tôi muốn chỉ cho các bạn.

Bây giờ, chúng ta vẫn còn trong vấn đề thuộc *thiện hạnh vào lúc bắt đầu* hay các sự chuẩn bị tiên quyết. Các chuẩn bị này cần phải xem xét lại trước bất kỳ sự thực hành nào, bởi chúng giúp điều phục tâm thức chúng ta. Bốn suy niệm, hay các sự chuẩn bị tiên quyết, là những điểm chung nhất đối với tất cả các thừa của Phật Pháp. Chúng chung nhất đối với kinh, luận, luật, con đường Bồ Tát, các phái Mật thừa gồm *kriya, upa* và *yoga*, và các nội phái gồm *maha, anu* và *ati* nói theo thứ tự. Nói chung, tất cả các thực hành đều bắt đầu với bốn suy niệm xoay chuyển tâm ta hướng về Pháp.

Suy niệm thứ nhất là về sự tái sinh làm người là quý báu và khó đạt được. Một sự tái sinh với tám sự tự do và mười đặc ân cho phép ta thực hành Pháp và đạt được giải thoát trong một đời. Suy niệm thứ hai là về sự vô thường của cuộc đời. Suy niệm thứ ba là về chân lý không thể sai lệch của luật nhân quả, chỉ chung về nghiệp. Suy niệm thứ tư là về nỗi khổ của sinh tử.

Ta không thể thực hành Phật giáo mà không có các sự chuẩn bị tiên quyết, bởi lẽ Phật giáo có nền tảng là một tâm thức từ bỏ sinh tử. Không có sự từ bỏ này thì không thể tiến bộ trên con đường. Một hành giả phải thấu hiểu rõ ràng rằng bản chất của sinh tử là đau khổ và nó không là gì khác hơn chính sự đau khổ này.

Ta phải hiểu rõ tại sao sự tái sinh làm người này thật quý báu và khó đạt được. Suy niệm thứ hai là về sự vô thường. Cái chết có thể đến bất cứ lúc nào và đến không lời cảnh báo. Từ lúc thụ thai, khả năng xảy ra cái chết đã xuất hiện. Sự sinh ra trong sinh tử chỉ dẫn tới cái chết. Đây là một sự thật, chứ không phải một cố gắng để được bệnh hoạn. Một trẻ sơ sinh có thể chết trong thai hay lúc sinh ra. Một đứa trẻ hay người thanh niên cũng đều có thể chết. Chúng ta thường nghĩ mình sẽ sống tới bảy mươi hay tám mươi, nhưng không có gì bảo đảm cho điều đó. Không ai biết được đời mình sẽ kéo dài bao lâu. Giây phút sẽ xảy ra cái chết của chúng ta và những tình huống dẫn đến điều đó đều không chắc chắn. Tuy nhiên, hầu hết chúng ta có thể chết sau tuổi năm mươi. Sự suy niệm về lẽ vô thường của cuộc đời là ích lợi trong việc có được một nhận thức sâu sắc về cái chết chắc chắn sẽ đến của các bạn, thay vì tin tưởng một cách thơ ngây rằng các bạn sống mãi.

(3) **Suy niệm thứ ba** là về định luật nghiệp báo. Đây là một định luật đơn giản được Đức Phật giảng dạy. Một nguyên nhân đạo đức sinh ra một kết quả đạo đức: sự tái sinh như một vị trời hay người. Một nguyên nhân vô đạo đức sinh ra một kết quả vô đạo đức: đó là sự tái sinh trong ba cõi thấp.[1] Nếu ta tích tập đức hạnh thì không thể không được hạnh phúc như một kết quả. Nghiệp thì bất biến. Các hạt giống các bạn đã gieo sẽ kết thành quả. Điều này không thay đổi. Bản tánh của lửa là nóng. Bản tánh của nước là ướt và lạnh. Phẩm tính của một yếu tố (đại) không biến đổi. Sự tích tập đức hạnh sẽ không bao giờ sinh ra đau khổ, vì bản tánh của đức hạnh là đem lại hạnh phúc. Sự tích tập ác hạnh sẽ không bao giờ đem lại hạnh phúc, vì bản chất của ác hạnh là đau khổ. Các hành động tiêu cực sinh ra đau khổ. Các hành động tích cực sinh ra hỉ lạc. Đây là một định luật căn bản. Học giả vĩ đại *Shantideva*[2] đã nói: *"Do phạm vào các hành động xấu ác, dù tôi có thể ước muốn hạnh phúc nhưng bất kỳ đến nơi đâu tôi cũng sẽ hoàn toàn bị đánh bại bởi những vũ khí của đau khổ, gây nên bởi cuộc đời xấu xa của tôi."*

(4) **Suy niệm thứ tư** là về nỗi đau khổ của vòng sinh tử. Khi nghĩ tưởng về vòng sinh tử, các bạn cần thấu hiểu rằng nó trải rộng toàn bộ từ những đỉnh cao của đời sống xuống tới các địa ngục thấp nhất và bao gồm mọi sự trong đó. Con

---

[1] Ba cõi thấp, chỉ ba cảnh giới: địa ngục, ngạ quỷ và súc sinh.

[2] Shantideva, dịch là Tịch Thiên, tác giả bộ luận nổi danh là Nhập Bồ-đề hành luận, còn được dịch là Nhập Bồ Tát hạnh, Bồ Tát hạnh.

người ở trong Dục giới và cần những thứ nào đó để sống còn. Chúng ta cần thực phẩm và y phục. Chúng ta không thể chịu đựng sự lạnh lẽo hay đói khát. Chúng ta cần trải nghiệm hạnh phúc vì chúng ta không thể chịu đựng đau khổ. Chúng ta là những tạo vật của Dục giới. Trong cảnh giới của chúng ta và trong toàn bộ vòng sinh tử, bản chất nền tảng là sự đau khổ. Vào lúc chấm dứt, kết quả sau cùng của sự hiện hữu này sẽ là chịu đau khổ. Có ba loại đau khổ: đau khổ vì sự biến đổi (hoại khổ), đau khổ vì đau khổ (khổ khổ) và nỗi khổ đa hợp (hành khổ).

Có hai suy niệm được thêm vào. Suy niệm thứ năm là suy tưởng về các lợi lạc của sự giải thoát. Sự giải thoát trên con đường của Phật giáo có thể xảy ra nhờ thực hành các phương pháp có liên hệ với bất kỳ thừa nào trong chín thừa. Tất cả các vị Thanh Văn, Phật Độc Giác và Bồ Tát đều sẽ thành tựu sự giải thoát vào thời điểm thích hợp. Mọi con đường được Đức Phật giảng dạy cuối cùng đều dẫn tới trạng thái giải thoát. Trạng thái giải thoát, hay Phật quả, là thoát khỏi đau khổ. Đó là một trạng thái an bình và hạnh phúc vĩnh cửu.

Để đạt được giải thoát, các bạn cần có một bậc Thầy hay người dẫn dắt tâm linh. Đây là suy niệm thứ sáu. Không có một vị Thầy tâm linh, các bạn không thể biết được con đường và cũng không thể chuẩn bị cho đời sau. Các bạn sẽ không thể hiểu được bất kỳ điều gì về Pháp, dù chỉ là một chữ. Các bạn được hướng dẫn vào con đường đưa tới giải thoát nhờ ân huệ của vị Thầy tâm linh. Nhờ việc lắng nghe các giáo lý, suy niệm và thiền định về chúng, các bạn có thể đi lên các cấp bậc của sự phát triển và đạt tới giải thoát, sau cùng có khả năng để dẫn dắt tất cả chúng sinh tới cùng một trạng thái rốt ráo đó. Có được một vị Thầy tâm linh có phẩm tính cũng giống như có một phi công cực kỳ tài giỏi để lái máy bay, hay một bác sĩ khám phá ra một cách kỳ diệu cách chữa trị mọi bệnh tật.

Một bậc Thầy tâm linh chân thật biết đích xác điều gì cần dạy để các bạn sẽ thấu hiểu cách thức tích tập đức hạnh dẫn tới giải thoát và xa lìa đau khổ. Một bậc Thầy tâm linh chân chính có khả năng đưa đệ tử đến một hạnh phúc tạm thời trong đời này và đến một hạnh phúc vĩnh cửu tuyệt đối khi họ từ giã cuộc đời. Khi tìm được vàng, các bạn cho rằng mình đã tìm được một cái gì quý báu. Việc tìm ra được một bậc Thầy tâm linh là vật quý báu nhất mà các bạn sẽ luôn luôn bắt gặp. Các bạn cần nương tựa vào các vị dẫn dắt tâm linh chân chính và sử dụng tốt đẹp cơ hội để học hỏi với các ngài. Kết quả sẽ là hạnh phúc đích thực.

Các thực hành chuẩn bị thiết yếu là cần thiết để điều phục tâm thức. Trong vô số kiếp, tâm thức các bạn đã không thực sự xoay chuyển về Pháp và bởi điều này mà các bạn phải rơi vào tình huống hiện tại, không hiểu rõ phải làm cách nào để tự giải thoát mình khỏi đau khổ. Các bạn đã thực sự không thành tựu điều các bạn muốn trong con đường này. Tâm thức các bạn giống như một cánh đồng đá sỏi, và mặc dù các bạn thích gieo trồng vụ mùa và gặt hái, thu hoạch thích đáng, đem lại các phẩm tính giác ngộ cho các bạn, nhưng mặt đất đã không được vun trồng một cách đúng đắn. Có quá nhiều sỏi đá và những vật chướng ngại cần loại bỏ. Đây là những gì mà các thực hành chuẩn bị tiên quyết có thể giúp bạn. Chúng điều phục tâm thức để các bạn có thể quay về con đường tâm linh một lần và mãi mãi, và tuần tự chuẩn bị cho các bạn đối với các thực hành và giáo lý thực sự. Vào lúc đó, cánh đồng đã sẵn sàng. Khi cánh đồng đã được chuẩn bị đúng đắn thì các hạt giống được gieo trồng sẽ cho gặt hái một mùa thu hoạch. Khi cánh đồng tâm thức của ta đã được thuần hóa, khi động lực của ta trong sạch, khi các ác hạnh to lớn đã bị tẩy trừ, thì chúng ta sẵn sàng để nhận lãnh giáo lý.

# CHƯƠNG 2

# CÁC SỰ CHUẨN BỊ THIẾT YẾU

Ba *bardo* mà chúng ta sẽ thảo luận trước nhất là ba *bardo* mà chúng ta có thể làm việc ngay trong đời này. *bardo* đầu tiên được gọi là *Bardo Đời Này*, tương tự như một con chim sẻ đi vào tổ. Thứ hai là *Bardo Thiền định*, tương tự như một đứa trẻ lạc loài lần đầu tiên được gặp cha hay mẹ. Thứ ba là *Bardo Trạng thái Mộng*, tương tự như việc thắp lên một ngọn nến hay đèn bơ trong một căn phòng tối.

Nếu các bạn có thể chứng ngộ trạng thái tỉnh giác nội tại của mỗi một *bardo* này trong đời các bạn, thì các bạn sẽ được chuẩn bị cho các trạng thái trung gian theo sau. Điều quan trọng là phải ghi nhớ trong tâm rằng, thật khó gặp được Pháp ở đây, và cho dù bạn có thể tiếp xúc với Pháp, bạn vẫn có thể không sẵn sàng đối với việc tiếp nhận. Điều này giống như một em bé chưa từng nghe đến các vấn đề cao siêu, cần phải được giáo dục từ từ.

Một trong các phương pháp mà tôi sẽ đưa ra trong các buổi thảo luận tiếp theo là *phowa*, tức là sự chuyển di tâm thức vào lúc chết. Đây là một thực hành quan trọng cho những ai không có cơ hội thực hành nhiều trong đời. Pháp *phowa* chuẩn bị cho các bạn đối với lúc chết. Trong kinh dạy rằng chỉ nhờ nghe danh hiệu Đức Phật *A-di-đà*, suối nguồn của dòng truyền thừa *phowa*, mà lợi lạc to lớn được thọ nhận. Ngay cả một người với ác nghiệp nặng nề cũng có thể đạt được giải thoát nhờ *phowa*. Đây là một phương pháp mà tôi muốn dạy các bạn. Nếu các bạn thành công trong sự thực hành *phowa*, bạn sẽ giảm bớt khả năng phải tái sinh vào các cõi thấp.

Ở Tây Tạng, là nơi hầu hết dân chúng là các hành giả

Phật giáo, khi có người chết, các Tu sĩ và Lạt Ma (Đạo sư, vị Thầy) được mời đến để cử hành những buổi lễ nhân danh người qua đời trong bốn mươi chín ngày. Thời kỳ chuyển tiếp giữa cái chết và đời sau thường được tin là kéo dài trong khoảng thời gian đó. Các buổi lễ được cử hành trong thời gian đó và nhiều sự cúng dường được thực hiện nhân danh người chết. Mười ngàn ngọn đèn bơ có thể được dâng cúng hoặc một ngàn lá cờ cầu nguyện và v.v... Nhiều thực hành được tiến hành vào lúc chết để giúp cho việc dẫn dắt người chết qua giai đoạn chuyển tiếp. Nếu người chết đã nhận các giáo lý *bardo* là sự giải thoát nhờ lắng nghe trong đời họ; thì các Đạo Sư sẽ tụng đọc các giáo lý đó trong thời kỳ chuyển tiếp bốn mươi chín ngày. Việc này trợ giúp để giải thoát những người chết vì các tập quán đời trước của họ đã chín muồi trong tâm thức. Cực kỳ quan trọng là phải chuẩn bị cho lúc chết ngay trong khi các bạn còn sống và có thể làm điều đó. Nếu các bạn quen thuộc với *phowa* và thành tựu nó trong đời này, thì vào lúc chết nó có thể được sử dụng để thành tựu sự giải thoát.

Khi các bạn đi ngủ vào ban đêm, các bạn có thể có nhiều giấc mơ, đôi khi có thể khiếp hãi và có lúc thì vui sướng. Vào lúc chết sẽ không như thế. Nếu các bạn không chuẩn bị thì đó sẽ là một kinh nghiệm chẳng vui thú chút nào. Nếu các bạn đã tích tập ác hạnh trong các đời quá khứ cũng như trong đời này, thì chắc chắn các bạn sẽ gặp khó khăn to lớn và sẽ kinh nghiệm nỗi đau khổ ghê gớm. Nếu các bạn không từng nhận lãnh các Giáo Pháp và không thực hành chúng, thì đơn giản là các bạn sẽ không biết phải làm gì.

Sau khi nhận các giáo huấn về *phowa*, các bạn cần phải thực hành. Điều này bao gồm các sự trì tụng và thiền định. Các bài trì tụng này có thể được thực hiện bằng Anh ngữ.[1] Các bạn phải chuẩn bị tâm vì sẽ không vui thú đâu. Tôi mong

---

[1] Vì bài giảng này bằng Anh ngữ, nên điều này có nghĩa là mọi người đều có thể thực hành bằng tiếng mẹ đẻ của mình, chẳng hạn như tiếng Việt...

ước điều này sẽ vui vẻ. Bản thân tôi không muốn sợ Thần Chết, nhưng tôi thực hành bởi vì còn có một đời sau, và vào lúc chết tâm không bốc hơi như nước để hoàn toàn biến mất một cách đột ngột. Tâm cũng không như một ngọn lửa có thể bị dập tắt. Tâm hay ý thức là một dòng tiếp nối tương tục. Nếu ta không được chuẩn bị cho cái chết của mình thì tâm ta sẽ tiếp diễn trong *bardo*, ở đó nó sẽ bắt gặp những kinh nghiệm khó khăn và không vui thú. Nếu các bạn đã thực hành Pháp, các bạn sẽ trải qua trạng thái chuyển tiếp này theo cách tương đối an bình, và tái sinh vào một cảnh giới cao. Nếu các bạn thực sự thành tựu Pháp, các bạn sẽ được giải thoát, chứng ngộ trạng thái *Dewachen*, hay Cõi Cực Lạc. Điều đó rất khó. Các bạn sẽ phải chuẩn bị kỹ lưỡng cho việc ấy. Nếu các bạn chưa từng thực hành Pháp, các bạn sẽ trải qua nỗi đau khổ ghê gớm và có thể tái sinh vào các cõi thấp. Để tránh điều đó, các bạn cần thọ nhận các giáo lý, thực hành và tự chuẩn bị. Nếu các bạn đã được chuẩn bị thì không thể tái sinh trong các cõi thấp. Các bạn sẽ không rơi trở lại vào cõi sinh tử một cách dễ dàng. Đây là điều cho ta thấy sự thực hành hữu hiệu như thế nào. Cũng giống như đi trên một máy bay thẳng tới đích mà không quay trở lại, một đường bay trực tiếp. Các bạn sẽ không bao giờ trở lại ba cõi thấp nữa.

Suối nguồn của dòng truyền thừa *phowa* là Đức Phật Pháp thân *A-di-đà*, đấng xuất hiện trong hiển lộ Báo thân là Đức *Avalokiteshvara* (Quán Thế Âm), và đấng đến thế giới này trong hiển lộ Hóa thân là Đức *Padmasambhava* (Liên Hoa Sanh). Đức *Padmasambhava* truyền dạy các giáo lý này cho một trong hai mươi lăm đệ tử của ngài là dịch giả *Lu'i Gyaltsen*, là vị sau đó hóa thân là *Karma Lingpa*. *Karma Lingpa* truyền chúng cho con trai ngài, và chúng lần lượt được truyền cho cháu ngài.

Những giáo lý về các Bổn Tôn từ hòa và phẫn nộ được phân chia thành *giai đoạn phát triển* và *giai đoạn thành tựu*.

Giai đoạn phát triển bao gồm nhiều *sadhana* trong khi giai đoạn thành tựu chủ yếu chú tâm tới sáu *bardo*.

Như tôi đã đề cập trong đêm trước, ngài *Karma Lingpa* sinh ở *Khongpo*, Tây Tạng, khoảng 500 năm trước. Ngài đã khám phá *terma* này trước nhiều nhân chứng. Đây là một *terma đất* và liên quan tới các Bổn Tôn từ hòa và phẫn nộ bắt nguồn từ Đức Phật nguyên thủy *Samantabhadra* (Phổ Hiền) và năm bộ Phật.[1] Chính trong các giáo lý *bardo* này, Đức *Vajrasattva* là bậc Thầy và Bổn Tôn chính, nhưng điều đó cần được hiểu là ngài tượng trưng cho tinh túy của tất cả các Bổn Tôn từ hòa và phẫn nộ, cũng như năm bộ Phật và Đức Phổ Hiền. Đức *Vajrasattva* là một hiển lộ Báo thân. Ngài có sắc trắng và được tô điểm với mười ba đồ trang sức và y phục của một Bổn Tôn Báo thân. Ngài là hiện thân của sự hỉ lạc hay viên mãn. Ngài cầm một chày kim cương trong bàn tay phải ở ngang trái tim và một cái chuông trong bàn tay trái ở ngang hông. Tương truyền chỉ bằng cách nghe danh hiệu Đức *Vajrasattva* cũng đủ đem lại những ân phước lớn lao, ngay cả những người bị thúc đẩy bởi sân hận, có những khuynh hướng tái sinh trong cõi địa ngục, cũng sẽ được giải thoát khỏi các thiên hướng về nghiệp của họ. Nếu họ có đức tin, họ sẽ được giải thoát trong cõi thuần tịnh của Đức Phật *Vajrasattva*, Cõi Hỉ Lạc Hiển lộ.

Tôi đã được thỉnh cầu dạy *bardo* trong sáu ngày. Thông thường, nếu như các giáo lý này được truyền dạy trong hình thức cô đọng nhất của chúng cũng phải mất bốn mươi chín ngày, tương ứng với giai đoạn bốn mươi chín ngày sau khi chết. Trong thời gian này, tâm thức ta thường du hành trong trạng thái trung ấm. Trạng thái đó là gì? Đó là trạng thái sau khi chết, khi tâm thức tách khỏi xác và lang thang, tìm kiếm

---

[1] Cũng gọi là Ngũ bộ Như Lai, gồm có: 1. Đại Nhật Như Lai, 2. A-súc-bệ (Bất Động) Như Lai, 3. Bảo Sanh Như Lai, 4. A-di-đà Như Lai và 5. Bất Không Thành Tựu Như Lai.

một thân xác mới, có vô số kinh nghiệm tương tự một người lang thang trải qua trong trạng thái mộng mỗi đêm. Lang thang là một từ tuyệt vời cho loại kinh nghiệm này, vì nó là một cảm thức khá vô định, đi đó đi đây, không thực sự có bất kỳ mục đích nào. Tâm thức bị thúc đẩy bởi các gió nghiệp và đối với hầu hết chúng sinh thì điều đó đem lại đau khổ.

Ở Tây Tạng, khi người nào đó đang hấp hối, một *Lama* được mời đến bên giường người ấy để cử hành pháp *phowa*. Sẽ lợi ích khi mời một *Lama* có mối liên hệ thân thiết với người hấp hối, được người ấy tin cậy. Đôi khi hai vị *Lama* được mời đến. Và trong những trường hợp gia đình có khả năng, nhiều *Lama* và các nhà sư được thỉnh đến để cử hành các buổi lễ vào lúc chết và suốt thời gian bốn mươi chín ngày sau đó.

Các buổi lễ rất quan trọng được cử hành liên quan tới giai đoạn chuyển tiếp này, tất cả được xuất phát từ sự khám phá *terma* về sự giải thoát nhờ lắng nghe này. Các *Lama* có trách nhiệm đối với việc xử lý tử thi. Ở Tây Tạng không có tục lệ hỏa thiêu tử thi. Thay vào đó, tử thi được mang đến một nơi riêng biệt, sự thực hành *Chod* được tiến hành, và các con chim kên kên được mời đến dự tiệc trên các thi hài. Đây là một quang cảnh ngoạn mục để nhìn ngắm. Tất cả các nghi lễ được cử hành nhân danh người chết là các khía cạnh bên ngoài của sự giải thoát nhờ lắng nghe.

Khía cạnh bên trong của sự giải thoát nhờ lắng nghe là việc thực hành thực sự mà người chết đã thành tựu trong đời họ. Hơn nữa, điều cực kỳ quan trọng là phải thực hành các giáo lý này, bởi vì không có việc tu tập này thì các bạn không có ý niệm về nơi bạn đang đến khi bạn chết. Các bạn rất có thể đi vào những cõi thấp, nhưng các bạn không có khả năng để biết được điều này. Một số rất ít người sẽ đi đến Cõi Cực Lạc mà không cần có sự chuẩn bị nào. Một số khác sẽ đi thẳng xuống các cõi địa ngục. Vì không có sự bảo đảm nên điều hoàn toàn hợp lý là phải chuẩn bị cho giây phút đó trong khi các bạn còn có cơ hội.

Mỗi đêm chúng ta đi ngủ và trước khi chúng ta thức dậy vào buổi sáng, các giấc mơ xảy ra. Đó là một kinh nghiệm tạm thời. Đây là một sự tương đồng về nhiều mặt với kinh nghiệm *bardo* khi chúng ta giã từ đời này, cho tới lúc tâm thức thành công trong việc gặp được thân kế tiếp của nó và chúng ta có một tái sinh mới. Đó là trạng thái trung ấm, trong đó tâm thức phải lang thang vơ vẩn. Kinh nghiệm này có thể rất khủng khiếp. Trừ phi chúng ta chuẩn bị cho trạng thái trung ấm này, bằng không thì nó sẽ là nỗi đau khổ to lớn. Các bạn sẽ không bao giờ tìm thấy bất kỳ điều gì quan trọng để chuẩn bị cho sự chuyển tiếp ấy trong đời này hơn là Pháp. Khi tôi nhìn xung quanh và thấy tất cả các bạn nỗ lực chờ đợi để nhận các giáo lý về sáu *bardo*, điều ấy thực sự đáng kinh ngạc. Tất cả các bạn hết sức may mắn có được cơ hội nhận lãnh các giáo lý này và thật cởi mở khi nghe và thực hành chúng. Tôi cảm thấy thực sự chắc chắn là không ai trong các bạn sẽ phải tái sinh trong các cõi thấp. Điều ấy khiến tôi rất sung sướng nhưng tôi muốn khuyến khích các bạn cần có lòng sùng mộ mãnh liệt, giữ *samaya (hứa nguyện)* trong sạch, và ghi nhớ rằng mặc dù có những việc nào đó mà các bạn phải thực hiện trong đời này chẳng hạn như tạo nên một đời sống tươm tất và sống một cách thoải mái, điều quan trọng nhất vẫn là chuẩn bị cho lúc chết.

Cho dù các bạn có thể không tin tưởng tôi và sẽ không thực sự tin tôi cho tới khi giây phút ấy đến với các bạn, thì vẫn có đó một *bardo* và có một Thần Chết, *Shinje Chokyi Gyalpo*, ông ta đến viếng các bạn vào lúc các bạn chết. Thần Chết sẽ ở đó để giúp các bạn đánh giá các tích tập về nghiệp của bạn và vào lúc đó bạn sẽ hiểu rõ ràng bạn là ai và tình trạng nguy nan của bạn là như thế nào.

Khi nói điều này, tôi có cảm tưởng là các bạn có thể không hoàn toàn tin tưởng tôi. Hãy tin tôi, có một Thần Chết sẽ đến viếng các bạn, nghiệp của các bạn sẽ được cân đo, có một *bardo*, và có các cõi thấp. Những điều này cũng rất thật như kinh nghiệm về sự có mặt của chúng ta ở đây tối nay. Nó cực kỳ khủng khiếp, ghê sợ, và cho tới khi giây phút ấy đến, các bạn vẫn sẽ không tin nó. Nhưng tới lúc ấy, các bạn sẽ cảm thấy hối tiếc ghê gớm vì cho dù các bạn không ưa thích Pháp trong đời mình, các bạn vẫn phải cần đến nó vào lúc chết. Vì thế, tại sao bây giờ lại không ưa thích và thực hành Pháp khi các bạn đang có cơ hội để làm điều đó? Vào giờ chết của các bạn, các bạn sẽ bị tràn ngập bởi sự ân hận và những giọt nước mắt sẽ tuôn ra trong mắt các bạn. Thậm chí các bạn có thể ngất đi vì sợ hãi và hối tiếc. Hẳn là khôn ngoan khi thực hành điều gì đó về Pháp ngay bây giờ, và hãy tin tôi là không có điều gì tốt đẹp mà các bạn có thể làm cho chính mình hơn là việc thực hành Pháp.

Bây giờ chúng ta bắt đầu với các giáo huấn chuẩn bị cho sáu *bardo*. Có hai phần: *điều phục tâm* và *tịnh hóa dòng tâm thức.* Các bạn cần hiểu rằng bản chất của sinh tử là đau khổ. Nếu các bạn không hoàn toàn thấu hiểu nỗi khổ của sinh tử thì tâm các bạn sẽ không từ bỏ sự tham luyến với sinh tử và sẽ tiếp tục tái sinh trong vòng sinh tử. Sẽ có một khuynh hướng muốn quay trở lại. Phương pháp để phong tỏa lối vào sinh tử là hiểu rõ bản chất của nó, cạm bẫy và đau khổ của nó, và đối mặt trực tiếp với thực tại đó.

Một phương pháp để làm được điều này là thực hành ở một nơi hoàn toàn khó chịu. Trong bản văn có nói, ta nên đi tới một nơi không có các tiện nghi. Có lẽ các bạn có thể đi tới một túp lều cũ đổ nát chẳng hấp dẫn tí nào, không có chút tiện nghi hay bất kỳ vẻ lôi cuốn nào. Một nơi bị bỏ mặc không chăm sóc và cỏ mọc tràn lan. Ở một nơi như thế, các bạn sẽ cảm thấy hoàn toàn cô độc một cách tự nhiên. Loại nơi chốn này thật lý tưởng để cử hành thời khóa đầu tiên của thực hành này, được thực hiện như một cuộc nhập thất.

Cách khác có thể làm là thực hành trong một nghĩa địa, là nơi có những thứ thường xuyên nhắc nhở về cái chết và sự vô thường, hay một nơi có các tử thi nằm lộ thiên, mặc dù điều đó có thể hơi khó thực hiện ở xứ này. Nếu các bạn có thể nhìn thấy các tử thi thối rữa hay các thú vật hoang dã, đe dọa, đó sẽ là một kinh nghiệm khủng khiếp. Thịt da rữa nát của một xác chết và các quang cảnh khiếp hãi khác sẽ có giá trị như một điều nhắc nhở ta về lẽ vô thường và cái chết, cũng như về các lợi lạc của Pháp. Theo cách này, ta sẽ phát triển một ước muốn mãnh liệt thực hành Pháp.

Các bạn nên đi một mình đến những nơi như thế và hãy thực hành. Nhà *yogi* vĩ đại *Milarepa* là một kiểu mẫu cổ điển của những người đã từ bỏ và thực hành ở những nơi chốn khủng khiếp.

Các bạn có thể hỏi: *"Nỗi đau khổ mà chúng ta có ý định biết tới là gì?"* Các bạn nên biết rằng, bản chất của sinh tử là đau khổ toàn khắp. Ở đó, chúng sinh kinh nghiệm sự đau đớn và hỗn loạn ghê gớm. Khi các bạn suy xét về sự nguy khốn của chúng sinh là những người muốn được hạnh phúc nhưng dù vậy vẫn phải tiếp tục chịu đau khổ trong sáu cõi, các bạn sẽ không cảm thấy điều gì ngoài lòng bi mẫn đối với họ. Nỗi khổ của chúng sinh cũng tương tự như nỗi khổ mà các bạn sẽ kinh nghiệm một khi bị giam cầm trong hầm lửa hay bị mắc kẹt vô hy vọng trong một cái chuồng với những con rắn độc.

Có nhiều sự giống nhau trong bản văn gốc về những hoàn cảnh đau khổ khủng khiếp, trong đó chúng sinh nhận ra thân phận chính mình khi vẫn còn ở trong các cõi sinh tử. Đây là nơi chốn của sự đau đớn và khốn khổ không thể chịu đựng nổi.

Các bạn cần suy tưởng về những cõi sinh tử khác nhau và nỗi khổ được kinh nghiệm trong những cõi đó. Và đặc biệt là các bạn nên tập trung vào nỗi khổ của ba cõi thấp[1] là những nơi không bao giờ có một giây phút hạnh phúc nào. Chỉ là đau khổ thôi! Thật ra, không bao giờ có chút hạnh phúc vĩnh cửu nào trong sinh tử. Hạnh phúc được kinh nghiệm ở đó chỉ là nhất thời và ngắn ngủi. Chính trong đại dương đau khổ này mà tất cả chúng sinh sáu cõi hiện đang tồn tại. Khi các bạn suy nghĩ về điều này, các bạn cần hiểu rằng nỗi khổ sinh tử là hoàn toàn không thể chịu đựng nổi và hiểu rằng có điều gì đó cần phải thực hiện.

Một khi các bạn đã củng cố sự xác tín này, các bạn bắt đầu thực hành thực sự bằng cách quán tưởng vị Thầy căn bản (Bổn Sư) của bạn trong không gian bên trên như một hiển lộ huyễn hóa, với một sự biểu lộ hơi phẫn nộ, đeo sáu loại trang sức bằng xương, tay phải ngài cầm một cái móc bằng ánh sáng. Từ cái móc bằng ánh sáng này, một tia sáng cầu vồng như một sợi thừng đi vào tim các bạn. Vào lúc đó, cùng với Đạo Sư, các bạn được kéo lên *Dewachen*, Cõi Cực Lạc.

Sau đó, các bạn lập tức xuất hiện như vị Đạo Sư với một cái móc bằng ánh sáng trong bàn tay phải của bạn và từ đó phát ra các tia sáng như cầu vồng, tóm lấy trái tim của tất cả chúng sinh và làm cho họ hợp nhất với các bạn và Đạo Sư căn bản ở *Dewachen*. Sau khi thiền định theo cách này một thời gian, sự thực hành thời khóa đầu tiên này hoàn tất.

Thời khóa thứ hai bao gồm sự suy niệm về bốn tư tưởng xoay chuyển tâm. Đó là sự tái sinh làm người là quý báu, sự vô thường, nghiệp và các khiếm khuyết của sinh tử. Như thế, trước tiên các bạn suy niệm sự tái sinh làm người quý báu này là khó được như thế nào, và các sự tự do cùng các đặc ân được liên kết với một sự sinh ra như thế ra sao. Khi các bạn

---

[1] Kinh văn chữ Hán thường gọi là Tam ác đạo, nghĩa là Ba đường ác, chỉ các cảnh giới địa ngục, ngạ quỷ (quỷ đói) và súc sinh (thú vật).

nghĩ tưởng về sự sinh ra làm người quý báu này, các bạn nên hiểu rằng đó là điều các bạn đã có được trong đời này nhưng không có gì đảm bảo là các bạn sẽ lại có được những hoàn cảnh đó (trong đời sau).

Có ba khía cạnh để suy niệm về sự sinh ra làm người quý báu này. Đó là suy niệm qua những nguyên nhân, các ví dụ và các sự tính đếm. Những nguyên nhân chính để có được sự sinh ra làm người quý báu là từ bỏ các sự tích tập ác hạnh, giữ giới hạnh trong sạch và bằng các sự cầu nguyện thiết tha.

Ta thường được nghe nói rằng việc được sinh ra làm người quý báu còn khó khăn hơn cả sự may mắn của một con rùa bơi dưới đại dương và chỉ trồi lên một lần duy nhất trong một trăm năm, chui đầu vào một cái vòng vàng bị dập dình trên sóng và bị gió xô dạt.[1] Việc này cực kỳ hi hữu, và sự sinh ra làm người quý báu còn khó được hơn thế nữa. Ví dụ khác là việc được sinh làm người cũng hi hữu như khi ta ném các hạt đậu khô vào một bức tường và có một hạt dính được vào tường. Điều ấy khó có thể xảy ra. Ví dụ khác là sự sinh ra làm người cũng khó được như hạt mù tạt được ném vào một cây kim và chui đúng vào lỗ kim. Việc này lại càng khó xảy ra hơn. Có thể nói rằng việc được sinh ra làm người còn khó khăn và hi hữu hơn cả các ví dụ này.

Và sau đó chúng ta có sự tính đếm số chúng sinh. Đức Phật dạy rằng số chúng sinh trong các cõi địa ngục bằng với số hạt nguyên tử trong thiên hà này; chúng sinh trong cõi ngạ quỷ bằng với số cát trên các bờ sông Hằng; chúng sinh trong cõi súc sinh bằng với số lá cỏ trong thế giới; chúng sinh trong cõi *a-tu-la* bằng với số bông tuyết trong một trận bão

---

[1] Ví dụ này được tìm thấy trong kinh văn Hán tạng với sự khác biệt đôi chút: Một con rùa mù giữa biển cứ 100 năm mới nổi lên một lần, và một khúc cây có lỗ bộng cũng 100 năm mới trôi qua chỗ con rùa một lần. Việc được sinh ra làm người cũng khó khăn và hiếm có như trường hợp con rùa này tình cờ nổi lên đúng vào lúc khúc cây trôi qua và chui đúng vào lỗ bộng của khúc cây!

tuyết. Khi các bạn nghĩ tưởng về số chúng sinh trong nhân loại là những người đã được sinh ra làm người quý báu, có đủ tám sự tự do và mười đặc ân, thì quả thực số đó rất ít! Vì vậy các bạn phải nhận thức sâu sắc sự kiện là các bạn đã có được sự sinh ra làm người quý báu này. Điều đó rất khó được, và các bạn phải hiểu rằng nó thật vô thường. Thân xác này đã sinh ra và sẽ tan rã. Nó là cái mà các bạn phải từ bỏ. Mọi sự tụ hội phải tan rã. Mọi sự tạo dựng phải sụp đổ. Sự sinh ra này với tám tự do và mười đặc ân là một cơ hội mà các bạn có thể sẽ không gặp lại được lần nữa. Nó vô thường và cái chết thì sắp xảy ra và sẽ đến không báo trước. Có được sự xác tín về điều này, hãy quán tưởng vị Thầy căn bản của các bạn trong không gian trước mặt. Ngài nói với các bạn: "*Chao ôi! Sự tái sinh làm người quý báu này mà các con đã có được chỉ chắc chắn vào giây phút này. Nó vô thường và chóng vánh, khi nó mất đi các con sẽ tái sinh trong các cõi thấp. Nếu các con không sử dụng cơ hội này để thành tựu Pháp thì không có gì chắc chắn là các con sẽ lại có được một cơ hội như thế. Nếu các con hỏi rằng cơ hội này có hi hữu không, hãy nhìn vào con số chúng sinh trong các cõi khác không có được một tái sinh như thế.*" Đây là cột chống, nhờ nó mà Phật quả được thành tựu.

Điều duy nhất có ý nghĩa để làm đối với các bạn là sử dụng cuộc đời mình để thực hành và thành tựu Pháp, khiến các bạn có thể đạt được sự an bình và hạnh phúc vĩnh cửu. Lý tưởng nhất là các bạn nên thành tựu Pháp trong đời này và đạt được giải thoát. Còn nếu không, các bạn cần có sự xác tín rằng các bạn có thể được giải thoát khi các bạn từ giã đời này để đi qua đời sau. Sự suy niệm này không phải là quá khó. Chỉ cần nhìn xung quanh, tự mình quan sát vô số chúng sinh trong cõi người và xét xem có bao nhiêu chúng sinh trong các cõi khác. Điều này hẳn phải gây hứng khởi cho các bạn để thực hành Pháp. Các bạn đã có may mắn tốt lành gặp được các bậc Thầy và những vị hướng dẫn tâm linh bi mẫn có thể giúp đỡ các bạn trên con đường. Các bạn cần duy trì sự xác tín này cho tới khi tâm các bạn thành công trong việc từ bỏ sự tham luyến sinh tử.

Các giáo lý *bardo* nói vắn tắt về sáu sự chuẩn bị là các suy niệm cần đi trước các giáo lý thực sự. Và như tôi đã nói, chúng là các phương pháp để điều phục tâm. Đức Phật *Thích-ca Mâu-ni* đã dạy ngài *Xá-lợi-phất* và các đệ tử thân cận khác về sự tái sinh làm người này là hi hữu và quý báu như thế nào và đã dẫn ra những tính đếm về số chúng sinh từ cõi địa ngục cho tới những trạng thái hiện hữu cao nhất. Các bạn phải thiền định về những vấn đề này cho tới khi tâm bạn xoay chuyển từ sinh tử hướng về Pháp.

Những thực hành chuẩn bị tiên quyết điều phục tâm này là các khám phá của *Karma Lingpa*. Chúng được *Guru Mila Ozer* ghi chép và đã được niêm phong với dấu ấn của một sự khám phá kho tàng: "*Sarva Mangalam! Cầu mong tất cả đều tốt lành!*".

Trước khi đi tiếp đến các giáo lý thực sự và các thực hành sáu *bardo*, các bạn cần hiểu rõ tầm quan trọng của việc điều phục tâm. Sự chuẩn bị gồm có các suy niệm thông thường bên ngoài đã được thảo luận và một khóa duy nhất về *ngondro* (quy y, Bồ-đề tâm, *Vajrasattva*, sự tịnh hóa và *guru yoga* bao gồm việc nhận bốn quán đảnh). Sau khi nhận bốn quán đảnh, ta an trụ trong một trạng thái quân bình thiền định về bản tánh tỉnh giác nội tại của tâm, sau đó ta cầu nguyện với *guru* để sẽ không bao giờ xa lìa ngài. Vào lúc đó, theo truyền thống ta sẽ tụng những câu kệ chính về sáu *bardo*, chúng là các trì tụng ngắn dẫn vào từng *bardo*, tập trung trên sự thành tựu đặc biệt của từng *bardo*.

Cả ngài *Jamyang Khyentse Wangpo* và ngài *Karma Lingpa* đều nhấn mạnh tới sự quan trọng của việc đặt các thực hành chuẩn bị và thời khóa *ngondro* duy nhất trước các thiền định được tìm thấy trong giáo lý về sáu *bardo*.

# CHƯƠNG 3
# BARDO ĐỜI NÀY VÀ BARDO THIỀN ĐỊNH

Bardo đầu tiên được gọi là *Bardo Đời Nầy*. *Bardo* này bắt đầu khi tinh trùng của cha và trứng của mẹ hợp nhất và qua sự hợp nhất đó tâm thức được đi vào. Đây là lúc thụ thai, và chính trong giây phút đó đời sống bắt đầu. Tâm thức phát triển trong tử cung khoảng chín tháng mười ngày cho tới lúc sinh ra. Chúng ta ở trong *Bardo Đời Nầy* từ lúc sinh ra cho tới *bardo* kế tiếp của tiến trình chết.

Khi ở trong *Bardo Đời Nầy*, hai *bardo* khác xuất hiện. Chúng là *Bardo Thiền định* và *Bardo Trạng thái Mộng*. Bardo Trạng thái Mộng bắt đầu khi chúng ta rơi vào giấc ngủ và ta ở trong *bardo* này cho tới khi thức dậy. Bardo Thiền định tương ứng với thời kỳ trong đó chúng ta đang thực hành *Mahamudra* (Đại ấn), *Madyamika* (Trung quán) hay *Dzogchen* (Đại viên mãn).

Trong khi thiền định, các bạn đang cố gắng hòa tâm bạn với tâm Đạo Sư và kinh nghiệm đó được nối kết với *Bardo Thiền định*. Thông thường, ta ngồi xuống để thực hành, dùng một khoảng thời gian nhất định để làm việc đó, hồi hướng công đức, và sau đó đứng lên và bắt tay vào các hoạt động khác.

Sự thực hành theo lối này là một sự hiểu biết bên ngoài về *Bardo Thiền định*. Sự hiểu biết bên trong của *bardo* đặc biệt này siêu việt mọi biên giới hay giới hạn của sự việc đó.

Nó liên quan tới kinh nghiệm về các vọng tưởng và mối liên hệ của ta đối với chúng. Trong thực hành thiền định, ta có thể nhận ra khoảnh khắc giữa các niệm tưởng. Từ lúc niệm tưởng sau cùng chấm dứt, ngay trước khi bắt đầu niệm kế tiếp có một khoảng hở, trong đó ta có thể kinh nghiệm bản tánh tỉnh giác nội tại của ta. Kinh nghiệm đó là ý nghĩa bên trong của việc đi vào *Bardo* Thiền định.

Điều quan trọng là phải chú ý tới khoảng hở giữa các niệm tưởng đó, bởi vì trong khi các bạn an trụ trong kinh nghiệm tỉnh giác nội tại bẩm sinh này, thoát khỏi các tư tưởng hay ý niệm, thì các bạn ở trong *Bardo* Thiền định. Kinh nghiệm này thoát khỏi sự mê lầm và được kể đến như *Bardo* Thiền định tuyệt đối hay tối hậu. Nó là không gian hay khoảng hở giữa các tư tưởng hay ý niệm. Trong ba *bardo* mà chúng ta sẽ thảo luận tối nay, quan trọng nhất là *Bardo* Thiền định. Nếu các bạn có thể thực hành thành công thiền định trong đời này thì các bạn đang chuẩn bị cho chính mình sự giải thoát trong bất kỳ trạng thái *bardo* nào khác. Như thể là các bạn đã phải mãi mãi sống trong bóng tối và bất ngờ ánh sáng xuất hiện. Nếu các bạn tu tập tâm thức các bạn qua thiền định và có thể an trụ trong sự tỉnh giác nội tại, thì bản tánh tịnh quang của tâm bạn sẽ tỏa chiếu một cách tự do và càng lúc càng mạnh mẽ hơn khi các bạn thực hành. Nó là bản tánh căn bản của các bạn. Ban đầu, khi các bạn thực hành thiền định này, có thể bạn chỉ ở trong một cách thức hơi thông thường hay hơi thấp, rồi dần dần sẽ đến gần mức độ trung bình, và sau rốt mức độ sẽ trở nên rất lớn lao. Theo cách này, *Bardo* Thiền định được thành tựu.

Một lần nữa, tôi muốn nhấn mạnh rằng các thực hành thiền định này - và có nhiều thực hành liên quan tới sự chứng nghiệm *Bardo* Thiền định - phải được đi trước bởi các thực hành chuẩn bị tiên quyết. Ngay cả khi các bạn đang tu tập một thực hành *Dzogchen* rất sâu xa như *Yeshe Lama*, các bạn luôn luôn phải bắt đầu với các sự chuẩn bị tiên quyết. Nếu cái bình bất tịnh và đồ chứa tồi tệ thì chất liệu được đổ vào đó trong sạch thế nào cũng chẳng ăn nhằm gì. Cách thức khác của việc sử dụng nó là: thực hành chuẩn bị giống như tim đèn và các bạn không thể có một ngọn đèn bơ mà không có tim đèn. Cũng vậy, các bạn không thể có một thực hành thiền định thực sự mà không có sự bắt đầu là các chuẩn bị tiên quyết. *Guru Yoga* là thực hành chuẩn bị tiên quyết thực sự mang đến những sự ban phước. Rất quan trọng là phải nhận bốn quán đảnh và bắt đầu sự thực hành của các bạn trong một trạng thái được ban phước bởi tâm Đạo Sư. Trong trường hợp đặc biệt này, sau khi đã nhận các ban phước của Đạo Sư, các bạn sẽ bắt đầu các thực hành được nối kết với sáu *bardo*.

*Bardo* Đời Này được nối kết với sự tự giải thoát của nền tảng toàn khắp. Nó cắt đứt những sợ hãi bên ngoài và bên trong, giống như một con chim sẻ đi vào tổ của nó một cách không sợ hãi. Bardo Trạng thái Mộng được nối kết với sự tự giải thoát khỏi vô minh giống như một ngọn nến được thắp lên trong bóng tối. Bardo Thiền định được nối kết với sự tự giải thoát của giác tánh nội tại giống như một đứa con lạc loài tìm thấy mẹ nó. Bardo Vào lúc Chết được nối kết với "sự tự giải thoát qua chuyển di tâm thức", làm tỏ sáng điều tối tăm giống như di chúc sau cùng của một nhà vua. Bardo Pháp tánh có liên quan tới sự tự giải thoát ngay trên cái thấy, và giống như một đứa con nằm trong lòng mẹ, nghĩa là có sự xác tín vào chính những tri giác của mình. Và, *Bardo* Trở thành được nối kết với "sự tự giải thoát của hiện hữu hiện tượng", giống như một đường hầm dẫn tới mục đích. Theo truyền thống, sáu *bardo* này được dạy theo thứ tự đó.

Tất cả chúng sinh trong sáu cõi được bao gồm trong *Bardo* Đời Này. Nó trải rộng tới ba mươi ba cõi trời. Pháp đã được truyền bá trong ba cõi này, và ngay cả các vị trời vĩ đại như

*Brahma, Indra, Vishnu* v.v... đều đã là những đệ tử của Đức Phật *Thích-ca Mâu-ni* và đã có mặt khi bánh xe Pháp được quay. Tuy nhiên, nói chung thì Pháp không nở rộ trong những cõi đó. Cũng thế, trong cảnh giới của loài rồng, tất cả tám vị lãnh đạo rồng vĩ đại đã có cơ hội diện kiến đức Phật, giữ *samaya (hứa nguyện)* và đem giáo pháp tới cõi của họ, nhưng nói chung thì các giáo lý không hưng thịnh ở đó. Trong thế giới này của chúng ta có khoảng năm tỉ người và rất ít người trong số đó là Phật tử mặc dù Pháp đã được truyền bá ở đây.

Tất cả chúng sinh được sinh trong *Bardo Đời Này* phải được sinh ra bằng một trong bốn loại tái sinh: *noãn sinh* (sinh ra từ trứng), *thai sinh* (từ bào thai), *thấp sinh* (sinh ra từ hơi ấm và sự ẩm ướt) hay *hóa sinh* (sinh ra do sự hóa thành, ngay lập tức).[1] Căn bản phổ quát đối với một sự tái sinh như thế là vô minh. Chính trạng thái vô minh phải được tự giải thoát. Bản chất của tái sinh là sự vô minh, trong khi sự biểu lộ của nó là các khuynh hướng quen thuộc, và vì thế ta cần trau dồi hai loại trí tuệ[2] (sự thấu suốt tính vô ngã của cá nhân và của các hiện tượng). Nhờ đó ta bắt gặp cái thấy *Dzogchen*, tẩy sạch căn bản vô minh và sự biểu lộ của nó. Căn bản là sự vô minh và sự biểu lộ của vô minh là các khuynh hướng quen thuộc. Bởi những thứ đó, ta hoàn toàn mê lầm trên con đường *bardo* dẫn đến bốn loại tái sinh.

Bằng sự hiểu biết các giáo lý kinh điển và *tantra*, sự tự giải thoát khỏi vô minh là hoàn toàn có thể được - và thực ra nếu không có sự hiểu biết này thì đó sẽ là điều không thể làm được đối với chúng sinh - với căn bản vô minh như một

---

[1] Bốn cách sinh này được trình bày trong rất nhiều kinh điển Phật giáo, tiêu biểu nhất là trong kinh Kim Cang.

[2] Trí tuệ ở đây được dịch từ Phạn ngữ là **Prajnā**, thường được phiên âm là bát-nhã, chỉ sự sáng suốt thấu hiểu một cách trực tiếp về bản chất sự vật, cần phân biệt với loại trí hiểu biết thông thường (thế trí) là khả năng suy luận, nắm hiểu hoàn toàn dựa trên các khái niệm và sự định danh.

tập quán, ta biết cách làm thế nào đóng kín khuynh hướng quen thuộc tái sinh qua bốn lối vào. Khi ta cắt đứt các ý niệm cảm xúc, thì một cách tự động, ta đạt đến bản tánh nội tại của chính mình và vì vậy không còn sự hoài nghi nào nữa. Ta chặt đứt sự hoài nghi và các lề thói quen thuộc tận hang ổ của chúng và sau đó không còn hoài nghi điều gì nữa. Vì thế, cần thiết phải phát triển ba cấp độ của trí tuệ: sự nghe (*văn*), sự suy niệm (*tư*), và thiền định (*tu*).[1]

So sánh tương tự được đưa ra ở đây đối với *Bardo* Đời Này là hình ảnh một con chim rời tổ để bay đến những miền khí hậu ấm áp vào mùa đông, nhưng khi mùa xuân đến sẽ trở về tổ cũ, thoát khỏi nỗi hoài nghi hay sợ hãi. Hơn nữa, con chim có sự tin tưởng hoàn toàn nơi cái tổ nó đã xây cất và xếp đặt một cách khéo léo, nên để những chú chim con ở lại một mình mà không chút e ngại, và vì thế khi trở về cùng lương thực, nó bay thẳng về tổ với niềm vui và sự tin tưởng. Không có gì để hoài nghi! Cũng thế, một khi ba cấp độ của trí tuệ đã được phát triển, dây buộc của mọi hoài nghi hoàn toàn bị cắt đứt.

Như các bài kệ gốc chỉ dạy, chớ phí phạm đời người quý báu này, ta phải sử dụng bình chứa (*pháp khí*) này để thể nhập trạng thái của *ba thân*.[2] Bằng cách tiến lên một cách kiên định trên con đường và phát triển ba cấp độ của trí tuệ,

---

[1] Về giáo lý "văn, tư, tu" (聞思修), được trình bày rất rõ trong kinh Lăng nghiêm và cô đọng trong câu "Tùng văn tư tu nhập tam-ma-địa." (Do nơi sự lắng nghe, suy ngẫm và tu tập (Chánh pháp) mà đạt đến giải thoát.) Thành thật luận (成實論) quyển 20 nói rằng: "Có ba loại trí tuệ là văn tuệ (聞慧), tư tuệ (思慧) và tu tuệ (修慧). Hai loại trí tuệ trước thuộc về tán trí, là trí vọng động, phân tán, chỉ được dùng làm điều kiện để phát sinh loại thứ ba là tu tuệ, thuộc về định trí." Vì thế, tu ở đây được hiểu là tu tập thiền định.

[2] Ba thân, hay tam thân, Phạn ngữ là **trayaḥ kāyāḥ** - Tạng ngữ là sku-gsum, Hán dịch là Tam thân (三身), chỉ ba thân của một vị giác ngộ, gồm có Pháp thân, Báo thân và Ứng (hóa) thân. Trong Kim Cương thừa, Ba thân được hiểu như ba cấp độ của kinh nghiệm giác ngộ. Ứng thân và Báo thân còn nằm trong phạm vi sắc tướng, được dùng như phương tiện để đạt đến Pháp thân là tánh Không hay chân như tuyệt đối, tức trạng thái giải thoát rốt ráo.

các hình tướng xuất hiện được nhận ra như sự phô diễn của tâm. Bản tánh của tâm được nhận ra là tánh Không và bản tánh của tánh Không được nhận ra là *Pháp thân.* Các hình tướng xuất hiện trở thành con đường. Con đường trở thành Pháp thân và ba thân được hiện hành.

Sự tái sinh làm người đặc biệt chỉ có được một lần này. Ví dụ như sau khi tái sinh một trăm lần làm thân chim, vẫn không có gì chắc chắn là sẽ được tái sinh làm người. Thâm chí sau khi tái sinh một triệu lần làm một chúng sinh trong địa ngục hay ngạ quỷ, vẫn khó có thể được tái sinh làm người. Vì thế, các bạn thấy đấy, điều này cực kỳ hi hữu và quý báu.

Việc đạt được sự tự giải thoát cũng giống như đi tới một hòn đảo bằng vàng. Nơi đó mọi thứ đều cùng một chất thể quý báu và không có gì là tầm thường, vì mọi sự đều là bản tánh trống không vĩ đại của pháp giới và ta được giải thoát khỏi thiền định, quán tưởng hay bất kỳ cố gắng nào để thành tựu bất cứ điều gì. Sẽ không có thêm kinh nghiệm *bardo* nào nữa, bởi ta sẽ giác ngộ như một vị Phật.

# CHƯƠNG 4

# BARDO TRẠNG THÁI MỘNG - PHẦN 1

Tối nay, chúng ta sẽ thảo luận về *Bardo* Trạng thái Mộng, sự tự giải thoát khỏi mê lầm. Điều này tương tự như việc thắp lên một ngọn nến hay đèn bơ trong bóng tối. Bởi vô minh - sự không thể nhận ra được Phật tánh của chính mình - mà chúng sinh đã phải tái sinh trong vòng sinh tử từ vô lượng kiếp. Pháp đã không đi vào dòng tâm thức của họ. Tuy nhiên, trong đời này, ngay chính lúc này, các bạn đang gặp được con đường sâu xa của *Dzogchen* và nhận lãnh các giáo huấn trực chỉ cốt tủy. Điều này tương tự như việc thắp sáng một căn phòng tối. Bất thình lình, các bạn có được những phương pháp để thành tựu sự giải thoát trong một đời. Điều này đặt các bạn trên con đường công đức.

Có ba khía cạnh của sự tu tập trong *bardo* này. Trước tiên là sự tu tập trong việc nhân ra trạng thái mộng. Điều này liên quan tới khả năng nắm giữ một giấc mộng, ở trong giấc mộng và không mất đi sự tỉnh táo. Thứ hai là sau khi đã nắm chắc giấc mộng, ta nhận biết nó. Thứ ba là tẩy trừ sự mê lầm, chuyển hóa ảo tưởng.

Như thế, trước tiên ta nhìn thấy nó, rồi thâm nhập bản tánh của nó, việc ấy được gọi theo nghĩa đen là "*sự hiểu rõ diện mạo*", và cuối cùng thì ta chuyển hóa sự mê lầm hay ảo tưởng.

Để chứng ngộ bản tánh huyễn hóa của các sắc tướng hiển hiện trong thực tại lúc thức, các bạn phải có khả năng phân biệt thân huyễn hóa bất tịnh với thân huyễn hóa thanh tịnh. Điều này tương tự như sự thực hành của giai đoạn phát triển, trong đó nhờ năng lực của sự quán tưởng ta đang chuyển

**49**

hóa sắc tướng bất tịnh thành giác tánh của hiện thân trí tuệ nguyên thủy huyễn hóa. Trong thực hành *Dzogchen*, hiện thân này được nói đến như thân Bổn Tôn của giác tánh trống không.

Sự thực hành chuyển hóa thân huyễn hóa bất tịnh đòi hỏi phải đi tới một nơi cô tịch, thoát khỏi những xao lãng. Các bạn bắt đầu bằng việc khơi dậy tâm Bồ-đề để củng cố động lực của các bạn. Việc này được thực hiện bằng cách suy xét rằng, tất cả chúng sinh vào lúc này hay lúc khác đã từng là cha mẹ các bạn và để đưa mỗi một cũng như tất cả những chúng sinh đó đến trạng thái *toàn giác*, các bạn phải thực hành với động lực này.

Trong thực hành này, các bạn làm việc với những sắc tướng huyễn hóa bất tịnh của thực tại lúc thức để nhận ra rằng chúng không có bất kỳ sự hiện hữu bẩm sinh nào. Các bạn phải có sự xác tín rằng nhờ sự thực hành của các bạn, các bạn thực sự có thể làm lợi lạc tất cả chúng sinh. Khi các bạn đã củng cố sự xác tín đó, các bạn hãy khẩn cầu sự hiện diện của Đạo Sư. Chỉ nhờ các ban phước của ngài mà các bạn mới có khả năng chứng ngộ bản tánh huyễn hóa của các hiện tượng hiển hiện. Với lòng sùng mộ chân thành, hãy dâng những lời cầu nguyện lên bậc Đạo Sư, xin ngài ban phước cho dòng tâm thức của các bạn, để các bạn có thể thành tựu thực hành này vì sự lợi lạc của tất cả chúng sinh.

Bước kế tiếp là suy niệm về bản tánh vô thường và huyễn hóa của mọi hình tướng. Tất cả các pháp trong sinh tử cũng giống như bóng trăng trong nước. Chúng có vẻ như hiện hữu, nhưng thực ra chúng chỉ là các phô diễn nhất thời của tánh Không trong vô số sắc màu và hình tướng. Tất cả chúng sinh, tất cả các hiện tượng bao gồm hoa lá, nhà cửa, các khuôn mặt người, sáu tri giác giác quan v.v... xuất hiện thường trực và dường như có thật, nhưng thật ra chúng chỉ đơn thuần là một sự phô diễn của tri giác mê lầm và không có bất kỳ sự hiện hữu bẩm sinh nào. Bằng cách suy tưởng theo lối này, các bạn thường xuyên nhắc nhở mình rằng bất cứ cái gì hội tụ sẽ phải chia ly. Tất cả những hiện tượng hợp lại đều phải tan rã: chúng vô thường, không thật và trống không. Với nhận thức đó, các bạn bắt đầu thấu hiểu sâu sắc bản tánh huyễn hóa của mọi sự xuất hiện. Sau đó các bạn phải áp dụng sự tỉnh giác về bản tánh huyễn mộng của mọi sự xuất hiện này vào bản thân các bạn.

Khi đã suy niệm theo cách này, sau đó các bạn bắt đầu sự thực hành chính. Trước tiên, các bạn nên tự trang điểm cho mình với các vật trang sức, giúp cho bạn càng vui thích và dễ chịu thì càng tốt. Rồi hãy đặt một tấm gương trước mặt bạn. Tấm gương nên rộng khoảng 0,6m và được đặt sao cho các bạn có thể thấy rõ hình chiếu (phản chiếu) của chính mình trong đó. Rồi nhìn kỹ vào hình chiếu đó và quan sát phản ứng của bạn đối với nó. Hãy lưu ý điều bạn đang cảm nhận. Bạn có dễ chịu không? Bạn có cảm thấy sung sướng vì nghĩ rằng trông mình thật đẹp đẽ, phong độ hay quyến rũ? Phản ứng của bạn là gì? Các bạn nên thực sự khen ngợi mình để có một phản ứng tích cực. Hãy tiếp tục tự khen ngợi, hãy nói bất kỳ điều gì có thể khiến bạn cảm thấy tốt đẹp. Dựa trên phản ứng này, các bạn đang kinh nghiệm niềm vui hay hạnh phúc trong bản thân mình mà bạn phải nhìn một cách rõ ràng như một ảo tưởng huyễn hóa. Đó là một sự phản chiếu. Nó không thật có. Các bạn cần tỉnh giác rằng các bạn đang tập trung vào một sự phản chiếu trong tấm gương và đó là sự phản chiếu đem lại cho bạn cảm xúc vui thích này.

Hãy thiền định theo cách này trong một thời gian dài. Hãy thực hiện lặp đi lặp lại tiến trình này. Rồi xoay từ sự khen ngợi sang trách mắng. Bắt đầu trách mắng chính mình, hạ mình xuống thấp, tự làm mất uy tín để tạo ra một phản ứng tiêu cực. Các bạn bắt đầu cảm thấy không vui và buồn phiền về sự xuất hiện của các bạn, nó không còn dễ chịu như các bạn đã nghĩ nữa. Hình tướng xuất hiện của các bạn có thiếu sót. Khi các bạn quan sát phản ứng của mình trong gương, hãy tiếp tục tự trách mắng, chú ý tới phản ứng mà các bạn đang có và cố gắng nhận ra rằng phản ứng của các bạn được dựa trên một phản chiếu huyễn hóa.

Đây là thời khóa đầu tiên của sự thực hành. Các bạn cần cố gắng làm vững chắc sự thực hành để có thể hoán đổi sự khen ngợi và trách mắng ngang nhau. Hãy kinh nghiệm luân phiên sự vui thích và khó chịu cho tới khi các bạn có được một ít nhận thức sâu sắc rằng: đối tượng mà các bạn đang phản ứng đó không gì khác hơn là một hình chiếu (phản chiếu).

Khi thực hành các kỹ thuật của giai đoạn phát sinh, các bạn quán tưởng mình như một thân huyễn hóa. Khi thực hành các kỹ thuật của giai đoạn thành tựu như *tsalung*,[1] các bạn hợp nhất các sinh lực huyễn hóa với các tinh chất. Khi thực hành các phương pháp *Dzogchen*, các bạn làm việc với giác tánh nội tại trống không. Ngay cả khi các bạn đang thực hành các kỹ thuật *mantra* trên ba cấp độ ngoài, trong và bí mật, các bạn đang luôn luôn cố gắng có được một nhận thức sâu sắc về bản tánh huyễn hóa của mọi hình tướng xuất hiện.

Điều này rất quan trọng khi tu tập trong *Bardo* Đời Này. Sự tham luyến thân xác sẽ gây nên đau khổ lớn lao trong *bardo* sau cái chết bởi tâm thức tách khỏi thân xác và lang thang trong trạng thái trung ấm. Nếu như trong khi các bạn đang ở trong thân xác này, các bạn có một tham luyến mạnh mẽ với thân tướng của mình như cái gì thực có, thì kiến thức quen thuộc đó sẽ hiện hữu khi các bạn ở trong trạng thái

---

[1] Tsalung: Chogyal Namkhai Norbu giảng: "Bộ phận quan trọng nhất trong mọi thực hành Mật thừa là Tsalung. Tsa có nghĩa là những kinh mạch; lung có nghĩa là năng lực prana (hơi thở, sinh lực) - vì thế nói chung, tsalung có nghĩa là phương cách để prana nối kết với các kinh mạch và cách thức ta nên làm với các kinh mạch và năng lực prana."

trung ấm sau khi chết. Khi tâm thức tách khỏi thân xác, kết quả sẽ là nỗi đau khổ ghê gớm. Thực hành này tập luyện tâm thức để chuẩn bị cho sự chuyển tiếp khó khăn đó.

Tôi muốn trở lại các chuẩn bị tiên quyết một lát. Quan trọng nhất là các thực hành tịnh hóa *Vajrasattva* và *guru yoga*. Những thực hành này được các suy niệm đi trước để xoay chuyển tâm thức ta cùng sự quy y và tâm Bồ-đề. Khi các bạn thực hành *Vajrasattva* như một sự chuẩn bị tiên quyết cho bất kỳ kỹ thuật *bardo* nào, các bạn luôn luôn nghĩ tưởng mình trong thân tướng bình thường. Các bạn quán tưởng sự hiện diện của *Đức Vajrasattva* trên đỉnh đầu mình. Bản tánh của ngài là bản tánh của vị Thầy căn bản của các bạn và ngài xuất hiện như *Vajrasattva* có màu trắng. Đức *Vajrasattva* ở trong sự hợp nhất với vị phối ngẫu và trong tim ngài là chủng tử HUNG được vây quanh bởi các chữ *mantra*. Khi các bạn bắt đầu tụng đọc *mantra*, từ chữ HUNG và các chữ *mantra*, chất *amrita* (cam lồ bất tử) chảy nhanh xuống qua thân các ngài đi vào đỉnh đầu các bạn, tịnh hóa tất cả các tích tập thuộc nghiệp tiêu cực, các ô nhiễm, bệnh tật và tất cả các thế lực và hoàn cảnh chướng ngại.

Sự tịnh hóa này xảy ra đối với các bạn cũng như tất cả chúng sinh. Mỗi khi các bạn thực hiện một thời khóa, hãy tụng đọc thần chú trăm âm ít nhất bảy lần, hai mươi mốt lần hay một trăm lẻ tám lần. Sau đó, khi đã thực hiện sự tịnh hóa trong khả năng tốt nhất của các bạn, vẫn quán tưởng Đức *Vajrasattva* trong sự hợp nhất với vị phối ngẫu trên đỉnh đầu các bạn, rồi quán tưởng một chữ OM màu trắng ở trong trán ngài, một chữ AH màu đỏ trong trung tâm cổ họng ngài và một chữ HUNG xanh dương trong trung tâm tim của ngài. Hãy quán tưởng rằng từ chữ OM trắng trong trán ngài, những tia sáng trắng phát ra và đi vào trán các bạn. Những tia sáng trắng này thấm đẫm thân thể các bạn và mọi nghiệp tiêu cực mà các bạn đã tích tập thuộc về vật lý (*thân nghiệp*) được tịnh hóa, các bạn nhận lãnh các sự ban phước về thân giác ngộ, chứng ngộ thân kim cương của Đức *Vajrasattva*. Từ chữ AH đỏ trong trung tâm cổ họng của Đức *Vajrasattva*, hãy quán tưởng rằng các tia sáng đỏ phát ra và tan vào cổ họng các bạn, tịnh hóa mọi nghiệp tiêu cực mà các bạn đã tích tập qua lời nói (*khẩu nghiệp*) của các bạn và ban cho các bạn ân phước về Pháp ngữ giác ngộ. Từ chữ HUNG xanh dương trong trái tim Đức *Vajrasattva*, các tia sáng xanh dương chiếu rọi vào tim các bạn, tịnh hóa mọi nghiệp tiêu cực mà các bạn đã tích tập qua hoạt động thuộc tâm (*ý nghiệp*) và ban cho các bạn sự quán đảnh tâm trí tuệ nguyên thủy.

Theo cách này, bạn nhận các *quán đảnh*. Từ chữ OM, các bạn nhận *quán đảnh cái bình* thuộc về thân; từ chữ AH, các bạn nhận *quán đảnh bí mật*; và từ chữ HUNG, các bạn nhận *quán đảnh trí tuệ*. Sau đó, các tia sáng vàng và xanh lá cây phát chiếu đồng thời từ ba trung tâm của Đức *Vajrasattva* cũng như từ rốn và các trung tâm bí mật của ngài, tịnh hóa mọi sự ô nhiễm và bất tịnh còn sót lại, cho các bạn những sự ban phước của thân, ngữ, tâm giác ngộ, các phẩm tính cao quý, hoạt động giác ngộ và mọi sự thành tựu viên mãn của Đức *Vajrasattva*. Sự thực hành này tịnh hóa các tiêu cực thô và tế của các bạn. Cuối cùng, Đức *Vajrasattva* và vị phối ngẫu tan ra thành ánh sáng và hòa tan vào các bạn, trở thành một thể duy nhất như sữa hòa tan vào nước.

Đây là một phương pháp rất hữu hiệu, một kỹ thuật *guru yoga*. Đối với bất kỳ thực hành *Dzogchen* nhập thất nào, thực hành *guru yoga* là một điều kiện tất yếu. Đó là vì các bạn nhận bốn quán đảnh, tịnh hóa mọi ô nhiễm của ba cửa (*thân, ngữ và tâm*) và trở thành một bình chứa đúng đắn. Khi đó các bạn có thể thể nhập giác tánh *bất nhị* của tâm đạo sư và bản tính của bổn tâm các bạn. Ngay cả khi đang làm một thực hành *yidam* (Bổn Tôn), chẳng hạn như *Vajrakilaya*, lý tưởng nhất là các bạn nên bắt đầu với một thời khóa *ngondro* bao gồm cả *guru yoga*.

Hãy phát sinh động lực trong sạch, phát triển đức tin, khẩn cầu, nhận lãnh bốn quán đảnh; và cuối cùng, tâm các bạn và tâm Đạo Sư được chứng ngộ như một thể không phân biệt. Các bạn nên an trụ trong trạng thái giác tánh không phân biệt đó, trong lúc thiền định chính thức và sau thiền định.

Nhờ thực hành điều này, các bạn sẽ có được một cảm nhận sâu sắc về Đạo Sư, vì không có ngài các bạn sẽ chẳng biết được ngay cả danh hiệu của Đức Phật, các bạn sẽ không biết phải tụng OM MANI PADME HUNG thế nào. Đạo sư là Đức *Vajrasattva* vinh quang bằng xương bằng thịt và đem đến cho chúng ta các ban phước về thân, ngữ và tâm của Đức *Vajrasattva*. Ngài chỉ cho chúng ta con đường đến giải thoát. Đạo sư là một kho tàng Pháp trong thân con người mà lòng tốt của ngài thì không thể nghĩ bàn. Tất cả các bạn đều cần thực hành *guru yoga* thêm nữa.

Như thế bây giờ chúng ta sẽ trở lại thảo luận của ta về *Bardo* Giấc Mộng và làm thế nào ta có thể chuyển hóa *sắc tướng bất tịnh huyễn hóa*.

*Sắc tướng bất tịnh huyễn hóa* là tập hợp của các uẩn, một tập hợp có thể hư hoại của ác hạnh gồm thịt, xương và máu. Nó là một sản phẩm nhất thời của các tích tập thuộc nghiệp tiêu cực. Mọi người đều có tập hợp các uẩn tiêu cực này mà họ gọi là thân thể của họ. Các thú vật, côn trùng và tất cả chúng sinh trong sáu cõi cũng đều như vậy. Họ kinh nghiệm một *sắc tướng bất tịnh huyễn hóa* mà không có bất kỳ nhận thức nào rằng thực ra nó là *huyễn hóa*. Bản chất của nó là bất tịnh, vì nó là kết quả hiển lộ của các hành vi tiêu cực được tích tập. Và mặc dù các bạn không thể nhìn thấy các cõi khác, các bạn vẫn có thể thấy một cách rõ ràng các cảnh giới của người và thú. Các bạn có thể thấy rằng tập hợp các uẩn này là kết quả của tâm thức. Nhờ các kiểu thức quen thuộc của mình, tâm thức đã phát triển kinh nghiệm nhất thời huyễn hóa này. Nó có thể hư hoại, có thể bị hủy diệt, và trong một ý nghĩa nhất định, nó tự hủy diệt.

Các bạn cũng biết rằng thân xác đang đến gần cái chết một cách nhanh chóng. Thời gian cái chết của chúng ta thì bất định, nhưng nó sắp xảy ra. Khi tâm thức lìa khỏi thân thể, đó là cái chết. Thân xác này không gì khác hơn là một tập hợp các tích tập bất tịnh mà cuối cùng bị bỏ lại đằng sau cho sự thối rữa và mục nát. Khi đó tâm thức đi vào *bardo* và trở thành một hiện thể không thân tướng. Ngay cả những hiện thể (chúng sinh) ở trong trạng thái không thân tướng cũng có một vài giác quan của thân thể, nhưng đó là một thân tâm thức. Những hiện thể như thế kinh nghiệm chính mình như thật có, mặc dù họ không sở hữu một thân vật lý gồm máu và thịt. Tuy thế, họ có cùng kinh nghiệm về các hiện tượng. Sự nhận biết về sự hiện diện của họ gây nên sự sợ hãi trong những người khác, bởi bản thân họ luôn sợ hãi và đầy những tri giác tiêu cực. Họ là những chúng sinh không thể được thỏa mãn. Bất luận họ ăn thức gì, họ cũng không bao giờ thực sự thỏa mãn. Đấy là những chúng sinh mà các bạn mời thỉnh trong thực hành *Chod*.

Chúng sinh hữu tình - gồm cả các chúng sinh không sắc tướng - thì rộng lớn vô biên không thể nghĩ bàn. Khi chúng ta nói về tất cả chúng sinh hữu tình thì điều này bao gồm cả chúng sinh *bardo* và vô số chúng sinh của các cõi *vô sắc*. Khi ta nói về không gian thì vô hạn, ta không thể xác định được nơi nào không gian chấm dứt, bất luận các bạn nhắm về hướng nào - trên, dưới, mỗi phía hay ở trung tâm. Nếu các bạn đi xe hơi hay máy bay, du hành về bất kỳ phương nào, các bạn sẽ không bao giờ đi tới giới hạn của không gian. Trong khi trải qua tiến trình của sinh và tử, ta không thể tìm ra một biên giới của không gian. Cũng như không gian vô hạn, số lượng chúng sinh trong sáu cõi sinh tử cũng vô hạn. Không thể tìm thấy một giới hạn về số lượng của họ. Cũng như không gian vô hạn, số lượng chúng sinh là vô hạn, và sự tích tập không ngừng nghỉ của nghiệp tiêu cực cũng vô hạn. Vì thế, ba trạng thái của đau khổ là không ngừng nghỉ và vô hạn.

Trong *Phakpa Sangpa Chod Pa'i Monglam Gyi Gyalpo*, Lời Khẩn cầu Công Hạnh Tuyệt hảo có nói: "Giống như không gian vô hạn, các tích tập về nghiệp và nỗi khổ mà chúng sinh kinh nghiệm cũng vô hạn. Vì vậy, sự cầu nguyện của tôi để làm lợi lạc chúng sinh cũng vô hạn." Để làm lợi lạc chúng sinh, ước muốn của ta nên không có giới hạn. Không gian vô hạn, chúng sinh vô hạn, nỗi khổ vô hạn và vì thế sự cầu nguyện của ta để làm lợi lạc chúng sinh cũng phải vô hạn.

Vì tất cả chúng sinh đều kinh nghiệm một *sắc tướng bất tịnh huyễn hóa* nên chỉ có những sự ban phước từ *ý hướng giác ngộ thuần tịnh* (tâm Bồ-đề) của chư Phật mới có thể làm lợi lạc cho chúng ta. Không gì khác có thể giải thoát ta khỏi nỗi khổ của *sắc tướng bất tịnh huyễn hóa* này. Khi ở trong sắc tướng này, chúng ta tiếp tục tin tưởng rằng chúng ta có một hiện hữu thực sự, bẩm sinh. Chúng ta tin rằng mình hiện hữu vĩnh cửu trong khi thực ra chúng ta là vô thường. Chúng ta tin rằng các hiện tượng hiển nhiên là thật có trong khi chúng không có thật. Duy chỉ có tâm một vị Phật thoát khỏi những trói buộc của những tin tưởng sai lầm, trước tiên an lập chúng sinh trong hỉ lạc tạm thời, giải thoát chúng ta khỏi nỗi đau khổ một cách tương đối để sau cùng chúng ta có thể thành tựu sự toàn giác vô song. Chính nhờ tâm giác ngộ của Đức Phật với bốn sức mạnh vĩ đại, bốn trạng thái vô úy, ba mươi bảy chiếc cánh của sự giác ngộ và vô số các thuộc tính giác ngộ về thân, ngữ, tâm, các phẩm tính và hành động cao quý, hết thảy là một bánh xe của những sự ban phước và lòng bi mẫn không thể vơi cạn, mà tất cả chúng sinh có thể được lợi lạc chân thật.

Sau khi lắng nghe giáo lý này, tất cả các bạn phải thấy rõ rằng, từ cõi trời cao nhất cho tới con sâu nhỏ bé nhất bò trên mặt đất, tất cả chúng sinh vô hạn như không gian trong vòng sinh tử đều đang kinh nghiệm một *sắc tướng bất tịnh huyễn hóa*, là sản phẩm của các tích tập thuộc về nghiệp tiêu cực. Họ cảm nhận lạnh, nóng, đói khát và thường xuyên bị phiền não, như thể họ đang bị đâm liên tục bởi một cây kim nhọn, từ lúc sinh ra cho tới khi chết và trong suốt chu kỳ không ngừng dứt của sinh và tử. Gốc rễ của toàn bộ tình cảnh nguy nan này là sự bám chấp vào một cái *ngã*, là *sắc tướng bất tịnh huyễn hóa*. Ta phải nhận ra được bản tánh của tánh Không và bắt đầu tịnh hóa các tri giác về hiện thân này trong thực tại khi thức. Các bạn cần liên tục nhắc nhở mình về bản tính trống không của tất cả hiện tượng. Điều này giúp ta có thể đem sự tỉnh giác như thế vào trạng thái mộng.

Vào buổi tối, thay vì cho phép tâm rơi vào một trạng thái hôn trầm bất giác và từ đó, bị thúc đẩy bởi các tập khí, rơi vào các hiện tượng trong mộng cũng được tri giác như là thật có, các bạn cần tự nhắc nhở mình rằng toàn bộ kinh nghiệm của trạng thái mộng cũng là một ảo tưởng huyễn hóa. Nếu các bạn không thể phát triển một sự thấu hiểu rằng kinh nghiệm về thực tại lúc thức và trạng thái mộng đều là huyễn hóa, thì các bạn sẽ tiếp tục bị lừa dối bởi sự tri giác về tất cả các cảnh giới hiện hữu. Chính tâm thức đã lừa gạt ta, khiến ta tin rằng kinh nghiệm đó là thật trong khi đúng ra nó là một kinh nghiệm bất tịnh huyễn hóa. Các bạn phải thường xuyên nhắc nhở trong tâm thức mình rằng điều này không thật. Đó chỉ như một giấc mộng. Hãy liên tục nhắc nhở mình rằng mọi hình tướng hiện ra chỉ hoàn toàn như một giấc mộng. Mộng thì không phải là thực, cho dù trong khi đang mơ các bạn có thể tin rằng các kinh nghiệm của mình là thực, có thể nghĩ rằng chúng là tốt, xấu hay chung chung, nhưng ngay khi thức dậy các bạn sẽ nhận ngay ra là thật ra chúng thậm chí không đáng giá một sợi tóc, bởi vì đó chỉ là một giấc mộng.

Đây là cách mà các bạn cần cảm nhận đối với toàn bộ kinh nghiệm về thế giới này, từ lúc sinh ra cho tới khi các bạn chết. Từ lúc các bạn sinh ra và trải qua mọi tình huống khác nhau trong đời, các hoạt động và chu kỳ sự kiện không ngừng cho tới khi các bạn đến tuổi sáu mươi, bảy mươi hay tám mươi, nếu các bạn may mắn, mọi sự đều đã xảy ra như một giấc mộng. Ngay cả những kinh nghiệm của hôm qua thì hôm nay đã thấy rõ là ảo tưởng.

Khi cái chết đến, tâm thức tách khỏi thân xác. Vào giây phút tâm thức lìa khỏi thân, điều gì xảy ra? Hãy suy nghĩ về điều này. Không có gì trong cuộc đời này là thật nữa. Hãy nghĩ về giấc mộng đêm qua. Nó không còn thật nữa vào hôm nay. Nó đã xảy ra hôm qua và không thật vào hôm nay. Hãy nghĩ về mọi công việc các bạn đã làm hôm nay với nỗ lực ghê gớm mà các bạn đã cho là thật có. Tất cả các hoạt động và tình huống mà các bạn từng liên quan đến, dường như cực kỳ quan trọng vào lúc đó, thì cũng giống như giấc mộng đêm qua. Hãy suy nghĩ về điều đó. Hãy suy nghĩ về những gì xảy ra ở bên ngoài. Hãy quên thân thể đi. Hãy nghĩ về bên ngoài: Các hoạt động của ngày hôm qua, giáo lý hôm qua, tình huống mà các bạn rơi vào ngày hôm qua. Chúng không thật vào ngày hôm nay. Chúng không thật nữa, bởi chỉ là một ảo tưởng. Đó là một kinh nghiệm vô thường đã xảy ra hôm qua và hôm nay không còn hiện hữu. Kinh nghiệm mà các bạn đang có ngay vào lúc này sẽ nhanh chóng qua đi và không thể sống lại được. Ngay cả Giáo Pháp cũng thế. Tình huống của việc cùng tụ hội để nghe Pháp cũng giống như giấc mộng đêm qua. Khi sử dụng những ví dụ này, các bạn có thể thấy rõ ràng rằng sinh tử là một ảo tưởng bất tịnh.

Một khi các bạn thể thấy được ảo tưởng bất tịnh đó là như thế, thì đó là các bạn đang thực hành *Bardo* Đời Này và *Bardo* Trạng thái Mộng. Điều này sẽ cho phép các bạn thể nhập *Bardo* Thiền Định, sự chứng ngộ rằng bản tánh toàn khắp của sinh tử và *Niết-bàn* là bản tánh căn bản của tịnh quang. Các bạn phải chứng ngộ rằng tất cả các pháp là bản tánh căn bản của tịnh quang trống không. Khi các bạn có thể thấu suốt giác tánh tịnh quang trống không thì các bạn có thể chuyển hóa các hình tướng xuất hiện tương đối của sinh tử thành giác tánh tuyệt đối của pháp giới. Những giáo lý này là các phương pháp để thực hiện điều đó.

Kỹ thuật để thành tựu sự tỉnh giác về sắc tướng thanh tịnh huyễn hóa như sau:

Bắt đầu sự thực hành này, hãy ngồi trong tư thế thiền định với hình ảnh của Đức *Vajrasattva* trước mặt các bạn trên một cái kệ nhỏ. Rồi đặt hay cầm một quả cầu pha lê trước mặt *Vajrasattva* và nhìn vào hình ảnh quả cầu pha lê. Vì có một quang phổ ánh sáng cầu vồng xuất hiện từ quả cầu pha lê, nên bằng cách đặt nó trước hình ảnh *Vajrasattva* các bạn sẽ thấy nhiều hình ảnh của Bổn Tôn, và bản chất của những hình ảnh đó là ánh sáng cầu vồng. Vì những hình ảnh khác nhau của *Vajrasattva* xuất hiện từ quả cầu pha lê, nên hiển nhiên là sự xuất hiện đó là huyễn hóa và không có bất kỳ hiện hữu bẩm sinh chân thật nào. Hãy tiếp tục thiền định về bản tánh huyễn hóa này trong một thời gian ngắn. Sau đó tưởng tượng rằng những hình ảnh huyễn hóa của *Vajrasattva* tan vào các bạn và thân các bạn trở thành hình ảnh huyễn hóa của *Vajrasattva*.

Thiền định theo cách này trong một thời gian, tưởng tượng rằng toàn bộ vũ trụ bên ngoài các bạn và những gì ở trong đó, tất cả chúng sinh hữu tình, tan ra thành ánh sáng và hòa tan vào bạn cũng như thân tướng huyễn hóa của

*Vajrasattva*. Như thế, ba cõi sinh tử trở thành trò đùa của sự biểu lộ huyễn hóa của *Vajrasattva*. Phương pháp này là quan trọng trong việc các bạn tự chuẩn bị cho *Bardo* Pháp tánh, khi sự phô diễn của các Bổn Tôn từ hòa và phẫn nộ xuất hiện. Rồi các bạn sẽ có sự xác tín rằng sự xuất hiện của các Bổn Tôn là sắc tướng thanh tịnh huyễn hóa và sẽ được giải thoát nhờ nhận ra được bản tánh đích thực của các sự xuất hiện này trong *bardo*. Nếu bản thân các bạn quen thuộc thường xuyên với sắc tướng thanh tịnh huyễn hóa của *Vajrasattva* theo cách này và quán tưởng thân thể của chính bạn như sự biểu lộ thanh tịnh huyễn hóa của *Vajrasattva* và mọi hiện tượng hiện hữu không là gì khác hơn sự biểu lộ đó, các bạn sẽ đạt được giải thoát trong *Bardo Pháp tánh*.

Khi đang thức các bạn bị tràn ngập bởi ba độc và các tập khí. Do đó, các bạn liên tục tích tập nghiệp tiêu cực và các che chướng qua hoạt động của tâm thức. Ban đêm, các bạn tiếp tục bị tràn ngập bởi ba độc này, tâm bạn trở thành một trạng thái vô minh. Tâm thức các bạn bị vô minh lừa dối, và suốt toàn bộ giấc ngủ và giấc mộng, các bạn ở trong trạng thái vô minh tích tập ác hạnh này. Trong trạng thái mộng, điều quan trọng là chuyển hóa mê lầm thành giác tánh tịnh quang.

Học giả *Shantideva* vĩ đại nổi tiếng về việc ngủ suốt ngày và đêm. Tuy thế, ngài không ngủ trong một trạng thái mê lầm như thông thường. Ngài đã kinh nghiệm sự hòa nhập của trạng thái ngủ vào ánh sáng chói ngời (quang minh). Trong trạng thái ánh sáng chói ngời đó, ngài có thể chuyển hóa các giấc mộng thành những kinh nghiệm, chẳng hạn như gặp được Đức Văn-thù (*Madjuśrī*) trong cõi Phật, nhận lãnh các giáo lý và hòa lẫn tâm ngài với Đức Văn-thù trong thời gian lâu dài. Mọi người nói chung đều cho rằng ngài chỉ biết ngủ! Thật ra, ngài *Shantideva* là một trong sáu báu vật vĩ đại của Ấn Độ và một trong những bậc Thầy vĩ đại của mọi thời đại. Ngài đã thực hành *yoga giấc mộng* suốt cả ngày và đêm.

Các phẩm tính cao quý của học giả *Shantideva* và Đại Thành tựu giả *Karma Lingpa* là ngang bằng nhau. Ngài *Shantideva* tự phô diễn như một *Tỳ-kheo* trong khi ngài *Karma Lingpa* thì tự phô diễn như một *ngakpa* (hành giả cư sĩ Mật thừa), nhưng bản tánh các ngài là đồng nhất cũng giống như mặt trời luôn không thay đổi.

Mặt trời có vẻ khác nhau từ ngày này sang ngày kế tiếp, do những sự hình thành khác nhau của mây che mà ta thấy như vậy, nhưng mặt trời không bao giờ thực sự thay đổi. Bởi tất cả những lý lẽ mà chúng ta đã thảo luận, *Bardo* giấc mộng là cực kỳ quan trọng, cần phải thể nhập. Quá nhiều thời gian (trong đời ta) được dùng để ngủ trong sự mê muội hôn trầm, điều đó chỉ tích tập thêm ác hạnh. Hãy suy nghĩ riêng về tất cả các ác hạnh mà bạn đang tích tập khi bạn ngủ trong trạng thái vô minh hiện tại này. Có thể các bạn cho rằng điều bạn đang làm trong khi ngủ là tốt đẹp hay ích lợi, nhưng thật không phải như vậy. Thật ra, giấc ngủ làm ngắn lại cuộc đời các bạn và là một sự trải rộng các hiện tượng lầm lạc, đưa các bạn tới gần cái chết của mình hơn và gây ra bệnh tật. Chỉ trong các cõi trời, giấc ngủ mới không cần thiết. Mặc dù đôi lúc các vị trời ngủ trong mỗi tháng, nhưng đó không phải là sự đều đặn bắt buộc. Một trong những nguyên nhân trường thọ của các vị trời là vì họ không ngủ, và một trong những nguyên nhân thọ mạng ngắn ngủi của chúng ta là chúng ta ngủ quá nhiều. Nhiều bệnh tật của con người đến từ thực phẩm, và cũng cách đó, thọ mạng ngắn ngủi của chúng ta đến từ việc ngủ quá nhiều.

Các bạn cần hiểu rõ rằng, là các hành giả, nếu các bạn sắp ngủ, điều cực kỳ quan trọng là phải thực hành *yoga giấc mộng* và chuyển hóa thời gian này thành một kinh nghiệm của sự tỉnh giác giác ngộ. Như vậy, các bạn sẽ có thể được như Đức *Padmasambhava* và tất cả những bậc đã đạt *thân cầu vồng*. Việc đạt được *thân cầu vồng* là một thành tựu về siêu việt giấc ngủ để không có ngăn cách nào trong kinh nghiệm của ngày và đêm. Các bậc Đạo Sư thành tựu vĩ đại đã đạt tới trạng thái thực hành liên tục suốt ngày và đêm. Dù các ngài đã hay đang ở trong sự thiền định (quân bình) hoặc giai đoạn sau khi thiền định, trạng thái đó trở thành một sự tỉnh giác giác ngộ không gián đoạn, được gọi là chu kỳ vĩ đại không ngừng nghỉ của giác tánh nội tại và sự phô diễn của nó. Giấc ngủ bình thường không phải là một phần của kinh nghiệm đó. Vì thế, hãy nói cho tôi biết, có tốt hay không khi tẩy trừ những sự mê muội của các bạn?

# CHƯƠNG 5

# BARDO TRẠNG THÁI MỘNG - PHẦN 2

Bây giờ, ta sẽ tiếp tục với các giáo lý về *Bardo* Trạng thái Mộng và sự thực hành *giấc mộng sáng suốt*. Các giấc mộng là kết quả của những tập quán được đem đến từ thực tại khi thức. Cũng giống như con ngựa được dẫn dắt bởi một sợi dây cương. Bởi các tập quán từ thực tại khi thức của các bạn được đem vào trạng thái mộng, nên điều quan trọng là nhận ra chúng. Các bạn phải luôn luôn nhắc nhở tâm thức rằng mọi hiện tượng đều như một giấc mộng. Tất cả các pháp đều huyễn hóa. Bằng cách thực hành điều tôi đã giảng về sự nhận thức tánh Không cố hữu của các hiện tượng hiển nhiên và sự chuyển hóa thân bất tịnh huyễn hóa, các bạn có sự chuẩn bị hay tự chuẩn bị để tiến hành cùng loại thực hành này khi thực sự ở trong trạng thái mộng.

Khi các bạn chuẩn bị đi ngủ, các bạn cần khơi dậy tâm Bồ-đề. Việc này được thực hiện bằng cách suy nghĩ rằng tất cả chúng sinh đã từng là cha mẹ của bạn trong quá khứ, và sự thiết tha trong việc thực hành của các bạn là phải có  được năng lực để giải thoát tất cả chúng sinh và an lập họ trong trạng thái toàn giác. Sau đó, hãy thực hiện một sự khẩn cầu giúp các bạn có thể thể nhập thiền định về sự tỉnh giác huyễn hóa trong trạng thái mộng. Hãy nằm nghiêng về bên phải trong tư thế *"sư tử ngủ"* với bàn tay phải ở dưới đầu, hai đầu gối hơi co và cánh tay trái để dọc theo thân. Hãy cố gắng an trụ thật thư giãn trong một trạng thái tỉnh giác thuần tịnh. Rồi hãy quán tưởng vị Đạo Sư căn bản của các bạn ở trên đầu mình, hoặc trên gối của các bạn, và duy trì sự tỉnh giác về sự hiện diện của các bậc Đạo Sư. Hơn nữa, hãy quán tưởng bản thân các bạn là một hiện thân trí tuệ như

**65**

Đức *Văn-thù*, Quán Thế Âm (*Avalokiteśvara*) hay đức Phật *Di-lặc* (*Maitreya*). Nếu các bạn gặp khó khăn trong việc tự quán tưởng mình là một Bổn Tôn thì hãy cố gắng phát triển sự tự hào của một bậc giác ngộ, một vị Phật hay Bồ Tát. Điều này sẽ đem xuống thêm các sự ban phước. Khi đã tự củng cố mình như một vị Phật, hãy khẩn cầu để có được một giấc mộng sáng suốt. Hãy cầu nguyện với vị Đạo Sư căn bản (bổn sư) ở trên gối hay ở trên đỉnh đầu các bạn và đọc những bài cầu nguyện này bảy lần.

Sau đó hãy quán tưởng Đức *Padmasambhava* ở trung tâm cổ họng của các bạn, có kích thước khoảng một đốt ngón tay cái, đang mỉm cười, chói ngời và trong sáng nhưng không có sự hiện hữu thực sự. Hãy cho phép tâm thức các bạn tập trung vào sự hiện diện của Đức *Padmasambhava* và khẩn cầu ngài để các bạn có được một giấc mộng sáng suốt. Trong khi khẩn cầu với sự tỉnh giác về sự hiện diện của vị Đạo Sư căn bản ở trên đầu và Đức *Padmasambhava* trong trung tâm cổ họng, các bạn hãy cố đi vào giấc ngủ.

Nếu các bạn không thể có được một giấc mộng sáng suốt, nghĩa là có khả năng nhận ra giấc mộng trong khi nó đang diễn ra, thì các bạn phải thức dậy và lặp lại tiến trình. Hãy kiên nhẫn trong việc này và lặp lại tiến trình của sự khơi dậy tâm *Bồ-đề*, làm vững chắc sự quán tưởng, đi vào một trạng thái sùng mộ và thực hiện các sự khẩn nguyện. Sau đó cố gắng đi vào giấc ngủ một lần nữa với sự tỉnh giác nhất tâm của sự thực hành và ý hướng của bạn.

Nếu làm như thế mà các bạn vẫn không thể có một giấc mơ sáng suốt thì các bạn có thể cần thêm thời gian trong thực tế khi thức để tự nhắc nhở mình rằng mọi sự xuất hiện đều như một giấc mộng, cũng giống hệt như giây phút này là một giấc mộng, để các bạn có thể đem sự tỉnh giác đó vào trạng thái mộng. Hãy tập trung một cách mạnh mẽ, lặp đi lặp lại, trên sự kiện rằng các sự xuất hiện trong thời gian ban ngày và thời gian trong mộng đều có cùng một bản chất. Chúng thật huyễn hóa. Rồi các bạn sẽ có một sự tỉnh giác nào đó trong trạng thái mộng, rằng thực sự các bạn đang nằm mộng, rằng đó là một ảo tưởng huyễn hóa.

Nếu các bạn thực hành theo cách này nhiều lần và nhận ra rằng bạn vẫn không thể có được một giấc mơ sáng suốt, các bạn nên giữ tư thế nằm "sư tử ngủ" và tự quán tưởng mình như một Bổn Tôn, có thể là Đức *Vajrapani, Hayagriva Trưma Ngakmo* hay *Vajrayogini*. Sau khi đã củng cố sự tự quán tưởng thì các bạn nên quán tưởng Đức *Vajrasattva*, có kích thước của một móng ngón tay cái ở trung tâm cổ họng. Hãy tập trung vào trái tim Đức *Vajrasattva* và thực hiện những sự cầu nguyện mạnh mẽ để có được một giấc mơ trong sáng và cố gắng đi vào giấc ngủ.

Nếu sau khi thực hành theo cách này một thời gian, các bạn vẫn thấy rằng không có được một giấc mơ sáng suốt, nghĩa là các bạn không đạt được bất kỳ kết quả nào, thì các bạn có thể tiến hành kỹ thuật kế tiếp là quán tưởng trong trung tâm cổ họng các bạn một hoa sen bốn cánh với các chữ sau đây ở trên đó. Ở trung tâm hoa sen, hãy quán tưởng một chữ OM màu trắng. Trên cánh phía trước chữ OM hãy quán tưởng chữ AH. Trên cánh bên phải, hãy quán tưởng chữ NU. Ở phía sau, quán tưởng chữ TA. Và ở bên trái, quán tưởng một chữ RA. Hãy bắt đầu sự thiền định này bằng cách tập trung trên chữ OM và sau đó khi bạn bắt đầu cảm thấy buồn ngủ, hãy di chuyển tâm bạn tới chữ AH ở trước chữ OM, cho phép sự tập trung của các bạn an trụ ở đó. Khi các bạn tự cảm thấy mình buồn ngủ hơn nữa, hãy lập tức di chuyển sự chú tâm của các bạn tới chữ NU. Khi cảm giác về giấc ngủ trở nên nặng nề và mãnh liệt hơn, hãy cố gắng di chuyển tâm bạn tới chữ TA ở cánh phía sau. Sau đó, đúng vào lúc bạn bắt đầu ngủ, hãy di chuyển tâm tới chữ RA và cố gắng thực sự đi vào giấc ngủ bằng cách một lần nữa quay trở lại với chữ OM là tâm của Đức *Vairocana*. Hãy cố làm điều này để ngay trước khi ngủ thì điều sau cùng các bạn vẫn còn tỉnh giác được là chữ OM.

Năm chữ này, OM AH NU TÀ RA là các chữ của năm vị Phật thiền và các ngài có rất nhiều sự ban phước. Điều quan trọng là giữ sự tập trung nhất tâm để vọng tưởng không cắt đứt các giai đoạn của sự quán tưởng này và đi vào giấc ngủ trong cách thức đúng đắn đã được mô tả.

Bây giờ, nếu sau khi thực hành phương pháp này mà các bạn vẫn không thể có một giấc mơ sáng suốt, thì còn có một phương pháp cuối cùng. Sau khi thực hiện các sự khẩn cầu, các bạn hãy quán tưởng trong trung tâm cổ họng các bạn một *bindu*[1] ánh sáng và tập trung tâm các bạn vào đó trong khi các bạn đi dần vào giấc ngủ với trạng thái tỉnh giác đó.

Đây là các phương pháp khác nhau mà các bạn có thể nỗ lực. Sau một tháng thực hành phương pháp này, chúng chuyển đổi lẫn nhau, các bạn cần nhận ra rằng có sự tiến bộ thực sự. Nếu sau khoảng một tháng mà các bạn vẫn không có một giấc mơ sáng suốt, thì có thể các bạn đang tiếp cận sự thực hành không đúng cách hoặc có lẽ *samaya (hứa nguyện)* của các bạn bất tịnh. Lúc đầu, khi các bạn sắp có một giấc mơ sáng suốt, nhiều giấc mơ sẽ xảy ra và chúng sẽ trở nên rất rõ ràng trong tâm các bạn, chính ngay trước khi kinh nghiệm về một giấc mơ sáng suốt mà những giấc mơ của các bạn tăng lên và trở nên rất sâu sắc. Một giấc mơ sáng suốt là một trạng thái mà các bạn có thể nhận thức rằng mình đang mơ ngay

---

[1] Bindu: (Phạn ngữ: dấu, vết, giọt). Từ được dùng trong một vài hình thức của anuttara-yoga-tantra để chỉ năng lực vi tế mà sự hiển lộ vật lý của nó được đồng nhất với tinh dịch nam. Những giọt năng lực vi tế này nằm trong những phần khác nhau của thân thể, chẳng hạn như tim, và được di chuyển hay vận dụng xung quanh những kinh mạch vi tế bằng sự thiền định để phát triển sự hỉ lạc được kết hợp với giác ngộ.

khi đang ở trong trạng thái mộng. Thật dễ dàng để làm điều này khi giấc mộng có tính chất gây khiếp sợ, nhưng sẽ khó khăn hơn nhiều nếu giấc mộng là một phần đáng ao ước đối với kinh nghiệm của đời người. Nếu các bạn không thể có một giấc mơ sáng suốt thì các bạn cần cố gắng sửa chữa *samaya (hứa nguyện)* bị hư hại, tiến hành thêm các thực hành chuẩn bị tiên quyết, các kỹ thuật tịnh hóa, trì tụng thần chú một trăm âm cũng như kiên trì trong sự tích tập công đức và tịnh hóa nghiệp tiêu cực của mình, bởi vì các bạn cần tẩy trừ các chướng ngại đang ngăn cản các bạn trong việc đạt được giai đoạn này, là điều cần thiết để tiến hành giai đoạn kế tiếp của sự thực hành.

Một khi các bạn đã có một giấc mơ sáng suốt, giai đoạn kế tiếp là chuyển hóa kinh nghiệm về trạng thái mộng thành tịnh quang trong trạng thái mộng. Các bạn bắt đầu kỹ thuật theo cách có ít nhiều tương tự với cách mà các bạn đã làm với kỹ thuật để có một giấc mơ sáng suốt. Các bạn khơi dậy tâm Bồ-đề, nằm nghiêng trong tư thế *"sư tử ngủ"*, tự quán tưởng mình là Bổn Tôn và quán tưởng một vòng tròn ánh sáng trắng được đánh dấu với chữ HRIH trong trung tâm tim của các bạn. Rồi các bạn đi vào giấc ngủ trong khi tập trung vào điều này một cách nhất tâm. Khi các bạn đi vào giấc ngủ và thành công thì thay vì kinh nghiệm các hiện tượng của giấc mộng, kinh nghiệm về ánh sáng (hay ánh sáng chói, quang minh) sẽ xuất hiện. Kinh nghiệm về ánh sáng giống như ở trong một không gian xanh dương chói ngời có ít mây. Như thế là một lớp mây mỏng đang thu nhỏ lại vào màu xanh ngắt của không gian. Hay có thể bạn chỉ kinh nghiệm đang ở trong không gian mà không có bất kỳ tri giác về một sự vật nào.

Theo các truyền thống khác, khi ta đang đến gần kinh nghiệm tịnh quang, có thể có các dấu hiệu hay thị kiến như khói, một huyễn tượng, lửa cuồn cuộn, sương mù hay một không gian trong trẻo thanh tịnh. Các thị kiến này cũng có thể xuất hiện trong thực hành *tsalung*. Trong thực hành *Dzogchen*, mặc dù các dấu hiệu xảy ra và là những kinh nghiệm có giá trị trên con đường, chúng tuyệt nhiên không phải là kinh nghiệm *Vajrasattva* tịnh quang và cần phải gạt sang một bên. Theo truyền thống *Dzogchen* về sự tri giác tịnh quang, có thể có các dấu hiệu tốt nào đó như một giấc mơ kỳ diệu ngay trước kinh nghiệm về tịnh quang, hay có thể nghe âm thanh của một con rồng hay thấy mặt trời mọc. Sau cùng, tất cả những điều này chỉ là những kinh nghiệm trên con đường. Những sự xuất hiện này phát sinh từ chính không gian tịnh quang, nhưng ta nên cố gắng tập trung vào việc tri giác kinh nghiệm tịnh quang. Khi kinh nghiệm này xuất hiện, thân thể ta sẽ không còn nữa, thậm chí chỉ là trong tri giác của các bạn. Ta sẽ không tri giác điều gì khác hơn là tịnh quang. Trạng thái tri giác này giống như màu xanh ngắt của không gian nhưng lại không giống như việc chỉ kinh nghiệm không gian. Thân xác và không gian sẽ bất khả phân, chỉ đơn giản là một sự tỉnh giác về *tánh Không* như không gian hoàn toàn rộng mở, chói lọi và trong sáng. Nếu ta không nhận ra điều này thì ta không nhận ra ánh sáng căn bản.

Kinh nghiệm về ánh sáng căn bản giống như một đại dương xanh dương bao la. Ánh sáng căn bản là Pháp Thân Phổ Hiền. Thấu suốt trạng thái tỉnh giác đó là lên tới cấp bậc thứ mười ba của một bậc nắm giữ kim cương (Kim Cương Trì) và trên cấp bậc đó ta sẽ được giải thoát, ngay cả trước sự phô diễn của các Bổn Tôn từ hòa và phẫn nộ xuất hiện trong *bardo*. Nếu ta không được giải thoát trên cấp bậc đó, ta cũng có thể được giải thoát ngay khi sự phô diễn của các Bổn Tôn từ hòa bắt đầu xuất hiện trong *Bardo Pháp tánh*, khởi đầu với Đức *Vajrasattva*. Đối với các hành giả của *tantra Kalachakra*, vì đã quen thuộc với *Vajra Heruka* (*Heruka Kim cương*) ở phương Đông, nên khi Bổn Tôn xuất hiện, nếu họ đã nhận các giáo huấn về sự giải thoát nhờ lắng nghe thì sự nhận ra và giải thoát sẽ đồng thời. Tương tự như vậy, các hành giả của *Yamantaka* sẽ được giải thoát khi Bổn Tôn xuất hiện từ phương Nam. Những người quen thuộc với Đức Phật *Heruka* ở trung ương, *Hayagriva* ở phương Tây, và *Vajrakilaya* ở phương bắc sẽ có khả năng được giải thoát khi vị Bổn Tôn bảo trợ của họ hiển lộ và họ nhận ra bản tánh của sự hiển lộ đó. Khi ấy các hành giả của *Vajrakilaya* sẽ được giải thoát trong cõi thuần tịnh của Đức Phật *Amoghasiddhi* (Bất Không Thành Tựu). Những người đã từng thực hành sự hiển lộ về thân của giác tánh giác ngộ, Đức *Manjushri* (*Văn-thù*), sẽ được giải thoát một cách tương ứng. Những người thực hành *Ratnasambhava Heruka* (*Heruka Bảo Sinh*) sẽ được giải thoát trong cõi thuần tịnh của sự Vinh quang Hiển lộ của Đức Phật *Ratnasambhava* (*Bảo Sinh*).

Trong bất cứ trường hợp nào, nếu ta không nhận ra ánh sáng căn bản thì ta sẽ tiếp tục kinh nghiệm sự phô diễn của các Bổn Tôn từ hòa và phẫn nộ trong *Bardo* Pháp tánh. Nếu ta đã từng thực hành trong đời và đã có những ấn tượng nghiệp mạnh mẽ đó, thì khi những Bổn Tôn và *Heruka* này xuất hiện trong *Bardo Pháp tánh*, ta sẽ nhận ra và được giải thoát ở cấp bậc thứ mười ba của một vị Kim Cương Trì. Nếu không, ta sẽ đi xa hơn nữa trong *bardo* và kinh nghiệm đang ở trong hai mươi hai nơi đầy năng lực và ba mươi hai chốn linh thánh, ở đó các vị Phật hóa thân an trụ. Ta sẽ thực sự kinh nghiệm đang ở trong Núi Huy Hoàng Màu Đồng Đỏ của Đức *Padmasambhava*, các cõi thanh tịnh của Đức *Tara* hay Đức Quán Thế Âm, và sẽ có thể đạt được giải thoát trong *Bardo* Trở thành, đó là giải thoát như một Hóa Thân. Nếu không có điều nào trong những sự xuất hiện này được nhận ra thì ta sẽ tiếp tục luân hồi trong ba cõi sinh tử, nhận lấy vô số tái sinh trong một trạng thái hoang mang. Đó là điều các bạn từng làm từ vô thủy đến nay. Thật đáng kinh sợ biết bao!

Việc nhận lãnh các giáo lý về giai đoạn thành tựu sáu *bardo* là rất quan trọng. Không có gì tốt hơn, vì giáo lý này giải thoát các bạn khỏi vòng sinh tử. Chánh Pháp phải làm lợi lạc cho các bạn vào lúc chết. Nếu thật sự làm lợi lạc thì đó mới là pháp hoàn hảo, và nếu không làm lợi lạc cho các bạn vào lúc chết thì đó là pháp không tốt đẹp.

Giáo Pháp của Mật thừa là con đường nhanh nhất để giải thoát trong *bardo*, vì ta quá quen thuộc với các Bổn Tôn và nhận ra khi các ngài xuất hiện. Tùy theo các khuynh hướng quen thuộc của ta, các ngài sẽ xuất hiện tràn đầy năng lực. *Vajra Heruka* là một hiển lộ phẫn nộ của Đức *Vajrasattva*, nhưng cả hai chỉ là một. Những người thực hành phái Tân dịch sẽ nhận biết *Vajrasattva* trong hình tướng từ hòa hay phẫn nộ, dù họ là hành giả của *Kalachakra*, *Chakrasamvara*, *Guhyasamaya* hay *Hevajra*. Suốt trong bốn *tantra* lớn, hiển lộ từ hòa của *Vajrasattva* chiếm ưu thế. Vì thế, các hành giả của tất cả các *tantra* này sẽ rất quen thuộc với hiển lộ từ hòa. Không có gì khác biệt giữa Đức *Vajrasattva* của phái Cựu dịch và của phái Tân dịch. Họ sẽ nhìn *Vajrasattva* phù hợp với khả năng của riêng họ. Những người đã thực hành những Bổn Tôn này sẽ nhìn thấy các ngài khi các ngài xuất hiện trong *bardo*, sẽ nhận ra các ngài và được giải thoát. Bất luận Đức *Vajrasattva* được thực hành như thế nào trong bất cứ dòng truyền thừa đặc biệt nào, bản chất của ngài vẫn thế. *Vajrasattva* là hiện thể hiển lộ của trí tuệ nguyên thủy như gương (Đại viên cảnh trí). Ngài là *Akshobhya* và xuất hiện như *Akshobhya* hay *Vajrasattva* như một hiển lộ của trí tuệ như gương. Nếu ta đã từng thực hành *Yamantaka*, sự hiển lộ của sắc tướng giác ngộ - là Đức *Manjushri* (Văn-thù) - thì ta sẽ gặp được Đức Phật *Vairocana* trong *bardo* và được giải thoát. Điều này tương ứng với sự tịnh hóa mê lầm (si). Trong thực tế, Đức *Manjushri* thuộc về tầng cấp thân giác ngộ, trong khi Đức *Avalokiteshvara* thuộc về tầng cấp ngữ giác ngộ là sự tịnh hóa tham muốn. Đức *Vajrasattva* thuộc tầng cấp tâm giác ngộ là sự tịnh hóa sân hận. Bất kỳ Bổn Tôn nào trong các Bổn Tôn thuộc về tầng cấp hoạt động giác ngộ, chẳng hạn như *Vajrakilaya* tương ứng với sự tịnh hóa ganh tị như tất cả các Bổn Tôn Tara đã làm. Các ngài là hiện thân của sự tịnh hóa chất độc ganh tị. Đức Phật *Ratnasambhava* là hiện thân của sự tịnh hóa kiêu ngạo.

Về các yếu tố (*đại*), *tham* tương ứng với *lửa; sân* tương ứng với *nước; si* tương ứng với *đất; kiêu ngạo* tương ứng với các hình thành của đất, chẳng hạn như núi non; *ganh tị* tương ứng với *gió*. Khi thảo luận về mối tương quan giữa các yếu tố (*đại*) và các cảm xúc, điều này không có nghĩa là bằng cách thành tựu Bổn Tôn nào đó các bạn sắp trở nên được nối kết với một *độc* hay yếu tố (*đại*) đặc biệt, mà nó có nghĩa rằng Bổn Tôn đó là sự biểu lộ được tịnh hóa của khuynh hướng đó, tồn tại trong các bạn rất lâu khi các bạn ở trong vòng sinh tử. Sự giải thích này về mối tương quan giữa các *đại, vô minh* và những phẩm tính của *giác tánh trí tuệ*, những mô tả là đồng nhất cho cả phái Cựu dịch lẫn Tân dịch.

Trong phái cựu dịch, giai đoạn thành tựu của *anu yoga* bao gồm sự thực hành về sự hợp nhất đại lạc và *tánh Không* bằng cách khám phá bốn hỉ lạc, nhưng sự khám phá này vẫn còn là một kinh nghiệm về tịnh quang được minh họa. Nó là sự hiển lộ của kinh nghiệm trí tuệ nguyên thủy như bốn hỉ lạc và vẫn còn là sự minh họa. Trong khi các bạn ở trên con đường thì kinh nghiệm tượng trưng cho kinh nghiệm tuyệt đối chỉ xảy ra vào lúc kết quả. Đây là sự hiển lộ của trí tuệ nguyên thủy tuyệt đối được liên kết với kinh nghiệm tối hậu về tịnh quang hay tịnh quang tuyệt đối như đối nghịch với tịnh quang minh họa, giống như một đứa trẻ với một mô hình (bản sao) về một cái tháp (*stupa*) và sau đó là cái tháp thực sự. Sự minh họa chỉ giống như mô hình, trong khi sự vật thực sự thì tuyệt đối.

Nếu các bạn có thể nghỉ ngơi trong tỉnh giác nội tại và muốn chuyển hóa nó thành kinh nghiệm về ánh sáng trong trạng thái mộng, các bạn hãy giữ tư thế sư tử nằm như đã giảng trước đây. Rồi các bạn cố đi vào giấc ngủ trong một trạng thái tỉnh giác khi mà ánh sáng và *tánh Không* được hợp nhất, cho phép tỉnh giác nội tại trong trạng thái của *tánh Không* chói sáng đó được tập trung trong trái tim. Các bạn sẽ cố gắng thình lình đi vào giấc ngủ mà không mất tỉnh giác về sự trong sáng và *tánh Không*.

Trong bản văn có dạy rằng, những ai có thể rơi vào ánh sáng thay vì ngủ sẽ không có các hiện tượng mộng, bởi vì giấc mộng chỉ là sự xuất hiện của các tập khí. Thay vào đó họ sẽ kinh nghiệm sự tương tục của trạng thái định quân bình trong giác tánh nội tại.

Có những giai đoạn tan rã xảy ra khi các bạn rơi vào giấc ngủ, và đây cũng là giai đoạn tan rã tương tự xảy ra vào lúc chết. Nếu các bạn có thể nhận ra tịnh quang này thì nó cũng sẽ là kinh nghiệm các bạn có vào lúc chết. Tuy nhiên, kinh nghiệm tịnh quang sẽ không có giai đoạn tan rã. Nó giống như trường hợp một đứa trẻ nhận ra mẹ và nhảy vào lòng bà. Ánh sáng con, là cái được minh họa, là sự tu tập mà ta đã trải qua trong tiến trình của cuộc đời. Khi ánh sáng căn bản ló rạng vào lúc chết thì ánh sáng con sẽ hợp nhất với ánh sáng căn bản và sự giải thoát xảy ra. Để đạt được sự giải thoát vào lúc chết, các bạn nương nhờ vào các thực hành đã thực hiện trong *Bardo* Đời Này, gặp gỡ giác tánh nội tại, và trong *Bardo* Trạng thái Mộng.

Về những giai đoạn tan rã này, chúng đến vào lúc chết và trong khi các bạn ngủ. Trước tiên, *địa đại* tan vào *thủy đại* và lúc đó bạn sẽ cảm thấy một cảm giác nóng ấm nơi trung tâm trán. Việc duy trì sự trong sáng trống không là rất cần thiết. Trong giai đoạn tan rã kế tiếp, *thủy đại* tan vào *hỏa đại*, lúc đó rất cần duy trì sự trong sáng trống không và tỉnh giác về sự quân bình thiền định. Ví dụ như, các bạn nên cố giữ sự trong sáng chói ngời của tâm giống như chăm chú vào ngọn đèn bơ chiếu sáng căn phòng tối. Nếu các bạn có khuynh hướng đánh mất sự tỉnh giác thì hãy tăng cường sự tập trung vào tỉnh giác nội tại hơn trước. Sau đó *hỏa đại* tan vào *phong đại* và lúc này rất cần duy trì sự tu tập trong quân bình thiền định, để cuối cùng ngay khi các bạn rơi vào giấc ngủ thì *phong đại* tan vào *thức*.

Nếu các bạn có thể ở trong trạng thái trong sáng trống không ngay khi *phong đại tan vào thức*, đúng lúc rơi vào giấc ngủ, thì không còn nghi ngờ gì nữa, kinh nghiệm tịnh quang sẽ ló rạng. Sự chiếu sáng sẽ ló rạng thay vì trạng thái của giấc ngủ thông thường đặt nền tảng trên sự mê lầm (si). Sẽ không có *Bardo* giấc mộng vào lúc này. Nó sẽ trở thành kinh nghiệm về ánh sáng, hoàn toàn trong sáng và trống không, cũng như sự buông xả không nắm giữ điều gì ngoài sự nhận biết đơn thuần của việc thấy nó đúng như nó là và an trụ ở đó. Điều này tương ứng với *Bardo* Vào lúc Chết khi ánh sáng được minh họa trở thành ánh sáng căn bản và ta có thể đạt được giải thoát.

Các bạn nên tự quen thuộc với các giai đoạn tan rã này, bởi khi mỗi *đại* tan rã vào *đại* kế tiếp, kinh nghiệm sẽ mạnh mẽ hơn. Nếu chưa từng có sự tu tập thì điều này chỉ đưa bạn tới một trạng thái ngủ sâu hơn nữa. Nhưng nếu đã có tu tập, điều này sẽ dẫn các bạn đến gần ánh sáng căn bản hơn. Nếu nhờ năng lực của cái thấy và sự thiền định mà các bạn có thể duy trì sự trong sáng trong tâm vào lúc đó, giống như ngọn đèn bơ được thắp lên trong căn nhà tối, kinh nghiệm về ánh sáng sẽ xuất hiện. Các bạn sẽ có thể tan vào ánh sáng đó, nó là bản tánh căn bản của tâm. Các bạn sẽ thành công trong việc tan hòa vào kinh nghiệm ánh sáng căn bản, kinh nghiệm tịnh quang trong khi các bạn ngủ, hay tan hòa vào ánh sáng căn bản lúc chết.

Vì cái chết xảy ra cho tất cả chúng sinh trong ba cõi nên sự tu tập theo cách này rất quan trọng. Khuynh hướng mạnh mẽ nhất vào lúc chết sẽ là tin tưởng rằng các bạn thực sự hiện hữu và bám chấp vào cái biết đó. Không có sự tu tập trong bản tánh huyễn hóa của các hình tướng xuất hiện, không tự mình quen thuộc với ánh sáng, thì cho dù các bạn là một học giả rất uyên thâm hay một *yogi* kỳ dị với mái tóc dài, các bộ y phục trắng, một cái bùa bằng bạc cột trong tóc trên đỉnh đầu, các khoen tai bằng vỏ ốc và mọi thứ đồ trang sức... các bạn vẫn thất bại vào giây phút quan trọng này. Sự thực hành thực sự của các bạn sẽ (cho kết quả) rõ ràng vào lúc bạn chết. Nếu các bạn chưa từng thành tựu *cái thấy* (*kiến*) thì các bạn sẽ chết như một người bình thường thay vì như một hành giả tu tập Pháp. Là một hành giả, điều quan trọng là chuẩn bị cái chết để không dễ dàng bị lạc lối ở đó với ác hạnh, quần quại một cách bất lực, muốn hoàn tất công việc hơn nữa và nhận ra rằng đã quá muộn. Các bạn đừng cố gắng hành xử như các Đại thành tựu giả vĩ đại trong quá khứ hoặc làm ra vẻ như mình là một hành giả *Kim Cương thừa* vĩ đại. Sự trắc nghiệm cuối cùng xảy ra vào lúc chết, và nếu không có chút thành tựu nào thì các bạn sẽ chết theo cách thông thường. Tất cả các hành giả ở mọi cấp bậc, dù họ là các nhà sư, *yogi* hay hành giả cư sĩ, đều phải chuẩn bị cho giây phút này. Cách thức chuẩn bị là chứng ngộ *cái thấy* và sự *thiền định*.

Đây là Giáo Pháp sâu xa nhất mà các bạn sẽ luôn luôn tiếp xúc. Vấn đề duy nhất là, mặc dù các bạn đã tiếp xúc với nó, các bạn vẫn khó làm những hành giả, ngay cả của *Tiểu thừa*. Đôi khi tôi tự hỏi, tại sao tôi xử sự với các bạn như thể các bạn có nghiệp của các hành giả vĩ đại thuộc *Đại thừa* hay *Dzogchen Kim Cương thừa*, mặc dù tâm thức các bạn bị giới hạn trong các trạng thái tỉnh giác thấp kém. Một *yogi* đích thực có cái nhìn linh thánh, và thực sự nhìn thấy thế giới bên ngoài như một cõi thanh tịnh, tất cả chúng sinh là các Bổn

Tôn nam và nữ, và nghe mọi âm thanh như bản tánh của *mantra*. Vì nam hay nữ ấy an trụ trong trạng thái *Kim cương* ba nhánh của giác tánh như sự nô đùa của sự sống, vượt lên những biên cương của thiền định, không thiền định và hậu thiền định. Ngày nay hầu hết các hành giả *Kim Cương thừa* tự cho mình là anh hùng với nhiều vũ khí, nhưng khi trận chiến thực sự xảy ra họ đánh rơi vũ khí và chạy trốn. Những anh hùng đích thực không có vũ khí. Cũng vậy, nhiều hành giả tồi mặc những y phục kỳ dị và sử dụng năm điều đáng ao ước, nhưng họ không có bất cứ *cái thấy (kiến)* nào. Các *yogi* giỏi không cần đến bất kỳ thứ gì trong những loại đó, nhưng họ thường không được nhận biết. Ngày nay bất kỳ các bạn đi đâu, dù ở Tây Tạng, Ấn Độ hay bất cứ nơi nào, các bạn đều thấy rõ vấn đề này. Ai cũng muốn giáo lý *Dzogchen* và tự cho là mình đang thực hành ở mức độ cao nhất. Tuy thế, khi thực sự khảo sát thì thậm chí có rất ít người gần đến mức để được xem là các hành giả *Dzogchen*, ít người có thể thực sự được xem là đi theo gót chân của các Đại thành tựu giả vĩ đại trong quá khứ.

Giáo pháp thật sâu xa, nhưng các hành giả vẫn đổ lỗi cho Pháp đối với những thiếu sót của riêng họ. Có những người sinh ra đời là người xấu, và họ đổ lỗi cho Pháp đối với mọi vấn đề của họ, trong khi tự cho mình là tốt đẹp nhưng thực tế không phải thế. Các bạn chớ bao giờ đổ lỗi cho Pháp. Pháp là tuyệt hảo trong mọi dòng truyền thừa. Các bạn phải thấy được lỗi lầm của chính mình và nỗ lực sửa đổi, để khi về già thì các bạn có thể như một con chim bay thẳng đến giải thoát mà không gặp bất kỳ trở ngại nào. Rồi các bạn sẽ chiến thắng những *bardo* và đạt được giải thoát.

Vào cuối giai đoạn tan rã của các đại, *phong đại* tan vào *thức* và *thức* tan vào *tịnh quang*. Nếu sự vô minh ngăn che ánh sáng chói ngời thì ta sẽ rơi vào giấc ngủ, bị say bởi giấc ngủ giống như ta say rượu. Nếu không thể, ta sẽ thực hiện sự tỉnh giác về ánh sáng chói ngời, sự thành tựu tuyệt đối với tất cả sáu trạng thái *bardo*.

Bây giờ, những phương pháp cuối cùng để thành tựu sự tỉnh giác tịnh quang trong trạng thái mộng là giữ tư thế sư tử ngủ, quán tưởng trong trung tâm tim của các bạn một hoa sen bốn cánh, ở giữa bông hoa là Đạo Sư căn bản của các bạn xuất hiện và là một, không thể phân ly với Đức *Padmasambhava*. Thân ngài có kích thước của một đốt ngón tay cái và ngài trong sáng chói ngời và mờ. Hãy để bản thân các bạn tập trung vào sự hiện diện của ngài trong trung tâm tim của bạn và nếu các bạn mất sự tỉnh giác thì đem nó trở lại và duy trì sự tập trung. Sau đó, hãy tưởng tượng rằng ánh sáng từ thân Đức *Padmasambhava* đi vào các bạn và thân các bạn tan ra thành ánh sáng. Rồi ánh sáng phát ra thâm nhập ba cõi sinh tử. Vũ trụ tan ra thành ánh sáng, hòa tan vào tất cả chúng sinh. Tất cả chúng sinh tan thành ánh sáng và hòa tan vào các bạn. Bản tánh của bạn là Đức *Padmasambhava* ngồi trong trái tim bạn và các ý niệm còn sót lại của bản ngã hòa tan vào Đức *Padmasambhava*. Rồi hãy tưởng tượng rằng các bạn và tất cả chúng sinh được giác ngộ trong giác tánh của *thân, ngữ*, và *tâm* của Đức *Padmasambhava*.

Khi tâm thức các bạn hợp nhất với Đức *Padma-sambhava* thì thay vì một kinh nghiệm về giấc ngủ hôn trầm, đó sẽ là một kinh nghiệm về sự trong sáng và thấu thị. Trước hết các bạn sẽ kinh nghiệm thấy vào thân thể của chính mình và sau đó nhìn thấy mọi sự đang diễn tiến quanh mình một cách rõ ràng. Các bạn có thể đi vòng quanh núi *Tu-di* và bốn châu lục. Các bạn sẽ thấy chúng sinh trong các cõi sống. Thậm chí các bạn sẽ có thể thấy một tên trộm lẻn vào nhà trong khi các bạn đang ngủ ở đó. Các bạn sẽ thấy mọi tình huống xảy ra trong khi các bạn ở trong kinh nghiệm về ánh sáng chói này, thay vì ở trong trạng thái mộng. Đây không phải là sự giác ngộ, mà chỉ là một giai đoạn trên con đường.

Khi *phong địa* tan vào *thức*, trong trường hợp của một hành giả chân thực thì kinh nghiệm đó trở thành ánh sáng chói. Còn với người không có sự tu tập, *thức* bị che chướng bởi *vô minh*. Điều này hoàn toàn giống như khi đang say rượu và không thể nhận ra sự tỉnh giác nội tại. Chúng ta tiến hành các thực hành này, chúng được liên kết với sáu *bardo* để thể nhập *Phật tánh*, đó là giải thoát khỏi mọi dấu vết của mê lầm.

Phương pháp khác mà các bạn có thể sử dụng là tự quán tưởng mình là Bổn Tôn. Ở giữa thân các bạn, hãy quán tưởng kinh mạch năng lực trung ương, *avadhuti*, thật chói sáng và trong suốt như một cái nhau phồng lên và không có bất kỳ sự hiện hữu bẩm sinh chân thực nào. Kinh mạch kéo dài từ lỗ mở ở đỉnh đầu xuống tới điểm ngay dưới rốn. Sau đó, ở ngang trung tâm trái tim, hãy quán tưởng một *bindu* ánh sáng trắng với sắc hơi đỏ, nổi lên, rung động, lung linh, sẵn sàng tự nhiên đi lên và ra khỏi đỉnh đầu. Khi các bạn tập trung vào *bindu* ánh sáng này, các bạn phải ở trong một trạng thái tỉnh giác nội tại, trong sáng trống không, và sau đó cố gắng đi vào giấc ngủ.

Nếu các bạn không thể kinh nghiệm ánh sáng sau khi đi vào giấc ngủ theo cách này, thì thật lý tưởng nếu có một người bạn ở đó để đánh thức bạn khi bạn bị cuốn vào giấc ngủ vào một lúc nào đó. Họ sẽ đánh thức các bạn để xem các bạn có rơi vào kinh nghiệm về ánh sáng hay không. Các bạn không cần tiếp tục ngủ trong một thời gian dài, các bạn có thể thức để xem các bạn có kinh nghiệm ánh sáng hay không và sau đó các bạn có cơ hội để tiến hành sự thực hành một lần nữa để thể nhập kinh nghiệm ánh sáng. Đây là phương cách khác để tập nhận ra ánh sáng vào lúc chết.

Khi các bạn thực hành, thì sau cùng các bạn cần đạt tới mức độ không còn bất kỳ sự phân biệt nào giữa *thực tại lúc thức* và *trạng thái mộng* hay *kinh nghiệm tịnh quang*. Chúng trở thành một dòng tương tục của giác tánh nội tại. Khi các bạn thành tựu kinh nghiệm về ánh sáng này, an trụ trong giác tánh nội tại, các khả năng thấu thị mà các bạn phát triển sẽ hết sức đáng ngạc nhiên. Các bạn sẽ có thể viếng thăm chúng sinh ở những cõi hiện hữu khác. Các bạn sẽ biết ai trong những thân quyến của các bạn đã tái sinh ở đó, vì thế các bạn có thể tạo mối liên hệ về nghiệp tốt đẹp hơn đối với họ trong tương lai, bởi các bạn biết rõ điều gì xảy ra cho họ. Các bạn sẽ có thể nhìn thấy những chúng sinh mà các bạn có những cộng nghiệp đặc biệt với họ. Đây là điều cực kỳ ích lợi trong phạm vi làm lợi lạc chúng sinh. Nếu các bạn trở thành một hành giả tốt ở cấp độ này thì các bạn có thể tự coi mình như một *yogi Dzogchen* hạng *thứ* (so với hạng *trưởng*).

Sau khi các bạn đã hoàn thiện sự thực hành về ánh sáng chói lọi này, các bạn sẽ nhìn mọi hiện tượng hiện hữu với tri giác thanh tịnh. Các bạn sẽ có thể thấy được những năng lực nam mãnh liệt như *Samatabhadra* (Đức Phật Phổ Hiền) và những năng lực nữ mãnh liệt như *Samantabhadri* (phối ngẫu của Đức Phổ Hiền). Vào lúc đó, các bạn có thể tự coi mình như một *yogi Dzogchen* có hạng. Sẽ không còn bất kỳ sự phân biệt nào giữa tốt và xấu. Dù sao đi nữa, điều này kết thúc sự truyền dạy về *Bardo* Giấc mộng, bao gồm giai đoạn thành tựu ánh sáng chói lọi (quang minh).

Điều đó sẽ kết thúc giáo lý vào tối hôm nay. Tôi cảm thấy muốn về nhà và đi ngủ.

# CHƯƠNG 6

## BARDO VÀO LÚC CHẾT

Tối nay tôi muốn bàn về *bardo* của Giây Phút Chết, *"sự giải thoát tự nhiên nhờ sự chuyển di tâm thức, nó làm rõ ràng điều không xác quyết"*. Điều này tương tự như việc nhận lệnh ân xá từ một vị vua. Sự tương đồng này muốn nói tới tình huống một người bị vua bắt đi đày bỗng nhiên nhận được tin vua đã ban lệnh ân xá và anh ta được tự do trở về. Nhờ nghe được những tin tức đó, người ấy sẽ cảm thấy vững tin và không còn sợ hãi. Tương tự như vậy, nhờ nhận lãnh các giáo huấn trực chỉ về sự tự xuất hiện và tiến trình chết như một con đường, là điều trước đây đáng sợ, không chắc chắn và không rõ ràng, thì bỗng nhiên trở nên rõ ràng và hiển nhiên. Đó là lý do tại sao các bạn cần thực hành Giáo Pháp sâu xa này để chuẩn bị đầy đủ cho giây phút chết.

Giây phút chết này cũng được gọi là *"xem giây phút chết như con đường"*. Nếu các bạn nhận lãnh và thực hành các giáo lý về sự *chuyển di tâm thức* này, bạn sẽ có khả năng tiếp cận giây phút chết mà không sợ hãi. Các bạn sẽ hoàn toàn được chuẩn bị để đối diện với định mệnh của chính mình không chút nghi ngại. Bằng cách nhận lãnh các giáo lý về *phowa* từ một bậc Thầy tâm linh có phẩm chất, các bạn có được một thực hành để phân biệt giữa *samsara* (*sinh tử luân hồi*) và *Nirvana* (*Niết-bàn*). Các bạn nhận được cơ hội để thực sự vượt qua dòng sinh tử. Các bạn phải chuẩn bị cho giây phút chết trong khi còn sống. Nếu các bạn đã chuẩn bị, khi cái chết đến các bạn sẽ nhớ lại rõ ràng các giáo huấn trực chỉ và sử dụng chúng. Điều này hoàn toàn tùy thuộc vào sự thực hành mà các bạn đã hoàn tất trong đời.

Ngài *Jetsun Milarepa* nói: "*Vì sợ chết, tôi chạy trốn vào núi để thiền định và nhớ lại sự vô thường của cuộc đời. Đạt được chỗ an nghỉ bẩm sinh và bất biến của sự bất tử là sự tỉnh giác sâu xa về cái chết và lẽ vô thường.*" Nếu ta chuẩn bị cho cái chết thì cũng giống như chuẩn bị cho cuộc chiến đấu: khi biết quân địch đang đến gần thì điều khôn ngoan là có vũ khí trong tay. Cũng thế, đối với giây phút chết là thời điểm của nỗi đau khổ to lớn, các bạn cần được chuẩn bị đầy đủ để đối mặt với giây phút đó một cách trực tiếp và chiến thắng nó. Các bạn phải tận dụng mọi cơ hội để thực hành trong khi còn sống. Toàn bộ một cuộc đời thực hành Pháp được thể hiện vào giây phút chết. Điều cực kỳ quan trọng vào lúc chết là các bạn phải an trụ không phóng tâm và phải sử dụng các giáo huấn trực chỉ mà các bạn đã được ban cho.

Từ lúc sinh ra cho tới lúc chết, chúng ta ở trong *Bardo* Đời Này. Từ lúc bệnh tật hay điều kiện (*duyên*) sẽ gây nên cái chết của chúng ta bắt đầu cho tới khi hơi thở bên trong bị trục xuất, chúng ta kinh nghiệm *Bardo* Giây Phút Chết. Khi chết, chúng ta từ giã thế giới này cũng như mọi thứ trong đó. Chúng ta từ bỏ gia đình, bạn bè và những người thân yêu của ta. Chúng ta phải chia lìa với tất cả những người đã từng rất thân thiết với ta cũng như chia lìa với tài sản và những gì là quan trọng trong suốt đời ta. Các câu kệ gốc viết: "*Tôi sẽ từ bỏ mọi bám chấp, khát khao và tham luyến vào lúc chết.*" Điều cực kỳ quan trọng là phải buông bỏ sự tham luyến của bạn đối với những hiện tượng của đời này. Theo cách này, các bạn có thể tập trung một cách rõ ràng vào các giáo huấn các bạn đã nhận lãnh trong đời này và các thực hành các bạn đã hoàn tất. Vào lúc chết, các bạn có thể thực sự chứng ngộ tịnh quang vô sinh và đi vào pháp tánh, nhưng điều đó tùy thuộc vào sự thực hành mà các bạn đã hoàn tất.

Sự chuẩn bị tốt nhất cho cái chết là hoàn thiện hai giai đoạn thực hành *Dzogchen* trong suốt đời bạn. Chúng là *trekchod*, sự cắt đứt để đi vào cái thuần tịnh nguyên sơ, và *togal*, sự vượt qua với sự hiện diện tự nhiên. Nếu điều này không thể làm được, thì các bạn nên chuẩn bị bằng cách nhận các giáo huấn về *phowa*, sự *chuyển di tâm thức* vào lúc chết. Một cá nhân có thể đã từng nhận được mọi giáo huấn cần thiết để thành tựu *Dzogchen*, hay kinh nghiệm các sắc tướng như ảo tưởng huyễn hóa, hoặc *Bardo* Trạng Thái Mộng, nhưng có thể không đủ khả năng để thành tựu sự thực hành. Những người không có cơ hội để thực hành các kỹ thuật sâu xa do sự phóng tâm trong các hoạt động hằng ngày có thể là những nhà lãnh đạo, những gia chủ v.v... Trong những trường hợp như thế, các giáo huấn sâu xa bị mất hút trong đời sống đó. Vì thế, tâm thức vẫn cần đến một phương pháp để nhờ đó giác ngộ có thể được thành tựu mà không cần thiền định. Phương pháp đó là *phowa*, cũng được nhắc đến như sự tự giải thoát ngay trên nhận biết, cho phép một người không thiền định đi vào trạng thái tỉnh giác giải thoát khỏi vòng sinh tử, và như thế ngụ ý là một nơi chốn an nghỉ bất biến. Với *phowa*, một người bình thường vẫn có cơ may đạt được giải thoát bằng cách tự quen thuộc với kỹ thuật sâu xa này.

Có hai giai đoạn đối với thực hành *phowa*: sự chuẩn bị trước cái chết và sự *chuyển di tâm thức* thực sự vào lúc chết. Giai đoạn đầu tiên được thực hành khi các bạn còn khỏe và vẫn còn có thể thực hành. Không có sự thực hành *phowa*, các bạn sẽ không sẵn sàng vào lúc chết và sẽ không có sự *chuyển di tâm thức* vào lúc đó. Các bạn cần chuẩn bị tâm thức cho việc không thể tránh được của cái chết và sự chuyển tiếp xảy ra theo cách tương tự như những con chim di trú từ những vùng khí hậu lạnh lẽo tới nơi khí hậu ấm áp trong mùa đông. Biết rằng cái chết không thể tránh được và thời gian của nó là bất định, các bạn nên thành tựu sự thực hành càng sớm càng tốt. Bằng cách này, các bạn có khả năng du hành tới đích mà không có bất kỳ trở ngại hay che chướng nào. Một sự tái sinh làm người quý báu với những tự do và đặc ân của nó là cần thiết để thực hành *phowa*. Một hành giả *phowa* phải tỉnh giác về sự quý báu của việc tái sinh làm người này và nỗ lực duy trì nó trong suốt thời gian được mang thân người.

Các dấu hiệu của cái chết có bốn loại: hai dấu hiệu đầu tiên phải thực hiện với thứ tự thời gian, là các dấu hiệu chỉ ra rằng cái chết không xảy ra tức thì và các dấu hiệu cho thấy là cái chết xảy ra tức thì. Các dấu hiệu này được trình bày trong bản văn gọi là *Tsenma Rangdrol*, Sự Tự Giải Thoát của các Đặc Tính. Lợi ích của bản văn là giúp các bạn tự làm quen thuộc với các dấu hiệu này, bởi nếu chúng được nhận ra thì các bạn sẽ có cơ hội để tăng tiến sự thực hành.

Về điểm này, tôi muốn nói rõ rằng *phowa* không bao giờ được dùng để thâu ngắn đời người. Các dấu hiệu của việc tới gần cái chết là quan trọng và ích lợi trong việc trợ giúp hành giả nhanh chóng thành tựu sự thực hành. Bất kỳ cố gắng nào để đẩy nhanh tiến trình hấp hối đều cực kỳ tiêu cực và tương tự như việc tự tử, là một trong những hành động thuộc về nghiệp xấu nặng nề nhất mà một người có thể phạm vào.

Có nhiều lý do cho điều này. Lý do hiển nhiên nhất là không có gì quý báu hay hi hữu hơn sự tái sinh làm người này và vì thế nó cần được duy trì càng lâu tốt. Đức Phật đã dạy rằng nghiệp tiêu cực do lấy đi mạng sống của chúng sinh phải được hoàn trả năm trăm đời trong các địa ngục. Trong thân thể các bạn có tám mươi tư ngàn loại ký sinh vật sinh sống, nhờ vậy mà bạn không bị bệnh tật vật lý hay sự mất quân bình. Khi các bạn đau ốm, các ký sinh vật cũng kinh nghiệm sự bệnh tật. Vì thế, nếu các bạn tự sát, các bạn cũng đồng thời tiêu diệt các ký sinh vật, và vì thế phải trả nghiệp bằng cách tái sinh trong các địa ngục năm trăm đời đối với mỗi ký sinh vật. Do vậy, tốt nhất là các bạn đừng bao giờ nghĩ tới việc lấy đi mạng sống của chính mình.

Từ quan điểm *Kim Cương thừa*, việc lấy đi mạng sống của chính mình hoàn toàn là sự hủy diệt các Bổn tôn từ hòa và phẫn nộ cư trú trong thân *Kim cương*. Đây là tư tưởng thậm chí còn tệ hơn các trọng tội. Năm trọng tội là: giết cha, giết mẹ, giết một vị *A-la-hán*, gây nên sự mất hòa hợp trong Tăng đoàn hay cố ý làm đổ máu một Đấng Thiện Thệ. Các bạn cần cực kỳ thận trọng về bất kỳ khuynh hướng hành động nào dẫn đến một cái chết non. Ngay cả trước khi ta cân nhắc trong việc thực hiện pháp *phowa* thực sự là sự chuyển di vào lúc chết, những buổi lễ nào đó cần được thực hiện để đánh lừa cái chết. Nếu đã có các dấu hiệu cho thấy cái chết của ta là chắc chắn thì có ba buổi lễ có thể được cử hành để lừa dối hay trì hoãn cái chết, và sau khi chúng đã được cử hành ba lần, sau đó và chỉ sau đó mới là lúc thích hợp để tiến hành pháp *phowa* thực sự.

Những buổi lễ đó đưa chúng ta tới giây phút thực sự mà các bạn sẽ thực hiện sự *chuyển di tâm thức*, khi hoàn toàn không thể đảo ngược giây phút chết. Như tôi đã đề cập tới trước đây, có hai giai đoạn đối với sự thực hành *phowa*: sự tu tập khi ta còn sống trong sự chuẩn bị cho cái chết và sự chuyển di tâm thức thực sự vào lúc chết. Trong cả hai trường hợp, có ba nhận thức phải được củng cố. Ba nhận thức này là: nhận thức kinh mạch trung ương như con đường, tâm thức của các bạn như kẻ du hành trên con đường và đích đến là *Dewachen*, hay Cõi Cực Lạc. Một khi các bạn đã củng cố ba nhận thức này, tâm thức được tu tập để đi lên con đường kinh mạch trung ương hướng thẳng tới mục đích là trái tim Đức Phật *A-di-đà*, đấng an trú trong cõi *Dewachen*.

Trước khi bắt đầu giai đoạn đầu tiên của sự thực hành, hãy suy niệm bốn tư tưởng chuyển hóa tâm và hãy khơi dậy tâm *Bồ-đề*. Sau đó các bạn bắt đầu thực hành bằng cách ngồi trong tư thế hoa sen viên mãn (*kiết-già*), xương sống thật thẳng, với đôi bàn tay trong bộ ấn như sau: Các lòng bàn tay đặt nhẹ trên hai đầu gối với các ngón tay duỗi và hướng xuống trong cử chỉ chạm đất. Hãy quán tưởng một chữ HUNG xanh dương thật trong sáng và chói ngời trong trái tim các bạn. Từ chữ HUNG chính trong trung tâm tim của các bạn một chữ HUNG khác chiếu sáng và đi xuống, phong tỏa lỗ dưới (hậu môn), đóng cánh cửa tái sinh trong cõi địa ngục. Một lần nữa, từ chữ HUNG trong trung tâm tim các bạn, một chữ HUNG thứ hai chiếu tỏa ra, đi xuống lỗ của lối vào bí mật và đóng cánh cửa tái sinh trong cõi súc sinh. Chữ HUNG khác tỏa chiếu từ chữ HUNG trong trung tâm tim các bạn và phong tỏa miệng. Hai chữ HUNG nữa chiếu ra phong tỏa hai lỗ tai. Hai chữ HUNG nữa chiếu ra phong tỏa hai lỗ mũi. Rồi tưởng tượng rằng các lỗ còn lại được phong tỏa bởi chữ HUNG khiến cho tâm thức không thể thoát ra khỏi thân thể từ bất kỳ nơi nào khác hơn là lỗ mở ở đỉnh đầu.

Ở lỗ mở trên đỉnh đầu, hãy quán tưởng một chữ HAM trắng lộn ngược. Hãy bắt đầu bằng cách quán tưởng một cách rõ ràng kinh mạch trung ương chạy xuyên qua giữa thân các bạn và có hình dạng của một ruột cừu khô được thổi phồng lên, trong suốt nhưng rõ ràng. Kinh mạch trung ương chạy suốt từ tận lỗ mở ở đỉnh đầu xuống tới chỗ dưới rốn bằng bề rộng bốn ngón tay. Nó có màu trắng sáng, chói ngời và chạy thẳng lên. Trong trung tâm của kinh mạch năng lực trung ương là bản tánh của giác tánh. Nó có hình dạng của một *bindu* ánh sáng, màu trắng, chói ngời, trong sáng, nổi và rung động như thể sẵn sàng vút lên. Các bạn cần quán tưởng *bindu* năng lực ánh sáng, là giác tánh của các bạn, trong trung tâm kinh mạch trung ương để nó có thể vọt lên thật dễ dàng và ra khỏi đỉnh đầu. Rất cần quán tưởng một chỗ mở rộng của kinh mạch trung ương ở lỗ mở trên đỉnh đầu không có sự ngăn che nào.

Có nhiều dấu hiệu cho thấy cái chết sắp xảy ra và một

vài trong số các dấu hiệu này sẽ xảy ra trong các giấc mộng. Thái độ tinh thần của ta sẽ thay đổi khi sức khỏe thể chất thay đổi. Đây là một vấn đề rộng lớn mà tôi không có thì giờ để đi vào. Có nhiều dấu hiệu để xác định xem thật ra cái chết có sắp xảy ra hay không. Tuy nhiên, cho dù các dấu hiệu xuất hiện thì các bạn cũng có thể chết sau đó nhiều năm. Một số người chết trẻ, một số chết già. Một số chết vì các loại vũ khí và một số bởi chiến tranh. Một số chết vì bom đạn.

Cách thức chết của chúng ta là không chắc chắn, nhưng sự kiện *chúng ta sẽ chết* thì tuyệt đối chắc chắn. Bởi sự không chắc chắn này, các bạn cần sẵn sàng để thực hiện giai đoạn thứ hai của sự thực hành *phowa* vào bất kỳ giây phút nào. Đối với các hành giả Đại Viên mãn, thực hành ưu việt nhất trong tất cả những kỹ thuật chuyển di sẽ được sử dụng, và đó là hợp nhất giác tánh nội tại của ta với tâm Đạo sư. Bản tánh của tâm là *rigpa*, giác tánh trống không nội tại, và nhờ năng lực của thực hành thiền định mà ta có thể thể hiện giác tánh nội tại vào lúc chết. Điều rất quan trọng là phải thật quen thuộc với việc hợp nhất giác tánh nội tại của ta với tâm Đạo sư. Việc duy trì trạng thái quân bình này vào lúc chết được gọi là sự *chuyển di tâm thức tối thượng* bằng sự thể nhập cái thấy Pháp Thân.

Kỹ thuật bậc trung là sự hợp nhất các giai đoạn phát triển và thành tựu được gọi là "*sự chuyển di tâm thức Báo Thân*". *Phowa* Hóa Thân được thành tựu qua ba nhận thức, cho phép tâm hành giả *chuyển di* tới cõi cực lạc Hóa Thân.

Vào lúc chết, sau khi bốn yếu tố (*tứ đại*) đã phân tán lẫn vào nhau, ba giai đoạn của sự tan rã xảy ra theo thứ tự liên tiếp. Sự xuất hiện đầu tiên là một tia sáng trắng. Sự xuất hiện thứ hai là một tia sáng đỏ. Sự xuất hiện thứ ba là một sự thoáng ngất, một kinh nghiệm của việc rơi vào vô thức và sau đó tịnh quang, ánh sáng căn bản, tự xuất hiện. Trừ các Bồ

Tát với sự chứng ngộ cao nhất, các giai đoạn tan rã này xảy ra cho tất cả mọi người vào lúc chết. Điều thật quan trọng là bản thân các bạn phải quen thuộc với chúng. Những giai đoạn này rất mãnh liệt bởi vì sự tan rã có tính chất sinh học ảnh hưởng tới tâm thức. Cách thức duy nhất để vượt qua sự khó khăn của giai đoạn tan rã là bằng đại định của cái thấy kim cương, một đại định mà chỉ các Bồ Tát với mức độ chứng ngộ cao tột mới có thể thành tựu.

Có nhiều giáo lý về các giai đoạn tan rã xảy ra vào lúc chết. Ngài *Patrul Rinpoche* đã ban cho một số giáo lý liên quan tới các giai đoạn tan rã này và chúng rất ích lợi cho những người sơ học, bởi sự tiếp cận trực tiếp và vắn tắt.

Khi các giai đoạn tan rã bắt đầu, thị lực của ta bị mất đi như thể nhãn thức ngưng hiện hữu. Nhĩ thức ngưng hiện hữu. Thân thức ngưng hiện hữu. Sáu tri giác của giác quan bị suy kiệt khi tiến trình tan rã xảy ra. Vào một lúc nào đó trong giai đoạn tan rã này, ta không còn kinh nghiệm các phản ứng như sự hạnh phúc hay đau khổ nữa. Những cảm xúc đó bị tẩy trừ khỏi tâm thức. Rồi tới một lúc trong tiến trình tan rã này, người hấp hối không còn nhận biết họ là ai hay những ai đang ở đó với họ. Vào lúc đó, năng lực của nhãn quang tan rã vào nhãn thức. Tất cả các giác quan khác cũng mất đi năng lực của chúng bằng cách tan rã vào bản tánh căn bản của ta, là Phật tánh, chính nó kinh qua ba giai đoạn đã được đề cập trên. Một cách đồng thời, các đại tan rã. Thịt tan vào *địa đại*, vào lúc đó người hấp hối cảm thấy một cảm giác nặng nề và không thể chuyển động được nữa. Máu tan vào *thủy đại* và các chất lỏng trong thân thể chảy ra qua các khiếu mà không thể kiểm soát được. Khi hơi ấm tan vào *hỏa đại*, thân thể trở nên giá lạnh. Khi *hỏa đại* tan vào gió (*phong đại*), sự tỉnh giác trở nên rất lờ mờ và thân thể lạnh giá hơn nữa. Khi năm đại trong thân thể đều tan trở về yếu tố căn bản, các năng lực giác quan tan rã một cách tương ứng.

Như thế, tôi đang thực sự nói về điều gì ở đây? Tôi đang nói về tiến trình mà mỗi một và tất cả mọi người trong chúng ta đều sẽ kinh qua. Tuy nhiên ngay cả giờ đây khi các bạn nghe những lời này, các bạn có thể nghĩ rằng tôi đang nói về người nào khác hấp hối! Nhưng đây chính là điều mà tất cả chúng ta phải trải qua.

Vào lúc chết, nghiệp tiêu cực của con người vượt trội hẳn lên và gây nên sự đau khổ ghê gớm. Đây là nỗi đau khổ mãnh liệt nhất mà các bạn chắc chắn sẽ kinh nghiệm. Người hấp hối có một vài năng lực để hiểu biết về sự tái sinh kế tiếp của họ và để phản ứng lại việc đó trong những giây phút cuối cùng. Tâm thức mê lầm có thể biểu lộ theo cách là những lời cuối cùng người đang hấp hối thốt ra thì hoàn toàn tiêu cực và khó chịu. Nếu họ sắp đi xuống cảnh giới địa ngục, họ có thể biểu lộ những khuynh hướng của cảnh giới địa ngục trong thái độ tinh thần và sự biểu lộ qua thân thể ngay trước khi chết. Nếu họ sắp đi tới cảnh giới ngạ quỷ hay cảnh giới súc sinh, họ có thể biểu lộ các khuynh hướng đó. Sẽ có các dấu hiệu và các biểu lộ. Người hấp hối có thể thực sự thấy được nơi tái sinh trước khi các dấu hiệu và biểu lộ này xảy ra và điều này sẽ trở nên rõ ràng hiển hiện. Ngài *Milarepa* nói: "Một người xấu thấy nơi tái sinh tương lai của mình và vào lúc đó vị Thầy trở thành sự tương thuộc duyên sinh của chân lý không sai chạy về nhân và quả."

Những người sắp đi vào cảnh giới địa ngục sẽ mọc lên một cách tượng trưng những chiếc sừng và răng nanh, và nhìn thấy *Yama (Thần Chết)* đang đến dắt tay họ tới cõi địa ngục, nơi họ sẽ bị thiêu đốt trong các loại địa ngục. Thậm chí họ sẽ có kinh nghiệm này trước khi tới đó. Đây không phải một câu chuyện mà tôi đang bịa đặt. Đây là điều sẽ xảy ra như thế, nhưng các bạn vẫn nghĩ rằng nó sắp xảy ra cho một người nào khác. Nỗi đau khổ của cái chết là không thể nghĩ lường.

Năm ngoái khi tôi ở *Delhi*, một hôm chúng tôi viếng thăm một vườn bách thú. Ở đó có một cái chuồng nhốt ba con rắn khổng lồ. Vài con chim nhỏ được thả vào chuồng cùng với một ít hạt để chúng đủ sống cho tới khi các con rắn ăn thịt chúng. Những con rắn chắc chắn sẽ ngấu nghiến những con chim nhỏ bé đó, vì chúng là mồi của lũ rắn. Tuy nhiên, những con chim không có ý niệm gì về số phận của chúng. Và như thế, mặc dù mọi người nhìn vào chuồng có thể thấy rằng ngày mai các con chim sẽ chết, nhưng chính chúng thì hoàn toàn không biết gì về tình trạng nguy hiểm của chúng. Việc này gây ấn tượng cho tôi như một ví dụ cổ điển về thân phận của chúng sinh. Tất cả chúng ta đều thích dấn mình vào những vấn đề thế gian, cuộc đời chúng ta bị tiêu mòn bởi công việc và những hoạt động khác, và chúng ta không thấy được bản chất của sinh tử trong khi nó thật hiển nhiên. Không thấy được điều đó, người ta tiếp tục theo đuổi các hoạt động thế tục mà không có bất kỳ sự tỉnh giác nào về số phận của họ: cái chết đó đang tới gần vào bất cứ giây phút nào như một sự thật đối với những con chim trong cái chuồng đó. Thật buồn khôn tả khi nhìn thấy tình trạng nguy cấp và sự vô minh của chúng sinh. Quá rõ ràng là chúng sinh cần Pháp để họ có thể né tránh được *Yama* (Thần Chết) khi ông ta đến dắt tay họ đi.

Có một cơ hội để chuẩn bị nếu như các bạn có thể gặp được Pháp và thực hành. Nếu các bạn không chuẩn bị, các bạn sẽ giống như một con cừu bơ vơ lạc lối, gặm cỏ thơm ngon trên những sườn dốc cao, xa bầy và những hình thức khác của đời sống, và khi nó đang vui hưởng bữa tiệc thì bất thần không biết từ đâu một con chó sói nhảy xổ ra và ăn nuốt nó ngấu nghiến. Đừng quên rằng Thần Chết đang đến gần. Vào lúc đó các bạn sẽ bị tràn ngập bởi bất kỳ nguyên nhân nào của cái chết. Nguyên nhân của cái chết sẽ là kinh nghiệm mãnh liệt nhất về nỗi đau khổ mà các bạn chưa từng có trong đời. Các bạn sẽ bị tràn ngập bởi các giai đoạn tan rã. Điều thiết yếu là phải chuẩn bị và thực hành như thế trong khi các bạn vẫn còn có thể.

Có hai giai đoạn đối với tiến trình tan rã: sự tan rã bên ngoài và sự tan rã bên trong. *Tan rã bên ngoài* là sự tan rã liên tục của *năm đại*, đó là *địa, thủy, hỏa, phong* và *không đại*. Điều này đã được giảng rõ. Vào lúc này, người hấp hối không thể phân biệt hay nhận ra các tri giác của giác quan. Điều này chỉ ra rằng các xuất hiện đang tan lẫn vào giai đoạn xuất hiện của ánh sáng đỏ. Hơi thở bên ngoài đã ngưng nhưng hơi thở bên trong vẫn còn hiện hữu trong thân. Cái chết hãy còn chưa xảy ra. Giống như là có một ngọn nến hay đèn bơ nhỏ còn cháy trong trung tâm tim, hơi thở bên trong đang hiện diện, và tâm thức vẫn còn ở trong thân, mặc dù người ấy không còn thở nữa. Cái chết chưa xảy ra vì hơi thở bên trong vẫn còn.

Vào lúc này, sự tan rã bên trong xảy ra. Hạt giống (*chủng tử*) nguyên thủy mà chúng ta nhận từ cha chúng ta lúc thụ thai, một *bindu* trắng gồm tinh chất trong đỉnh đầu, đã tồn tại ở đó từ lúc thụ thai. Khi các *đại* tan rã và hơi thở bên ngoài ngưng lại, *bindu* trắng này nhỏ xuống qua kinh mạch chính giống như một ngôi sao băng đi vào trái tim. Người hấp hối kinh nghiệm điều này như một tia ánh sáng trắng, giống như mặt trăng xuất hiện trong một bầu trời trong trẻo và làm tràn đầy, khiến mọi sự trở nên trắng ngần. Khi *bindu* hay giọt tinh chất đi vào tim, ba mươi ba vọng tưởng liên kết với sự sân hận tạm thời bị ngưng lại. Nếu người hấp hối đã thành tựu cấp bậc chứng ngộ nào đó lúc sống, thì vào lúc này người ấy sẽ chứng ngộ *Hóa thân* và đạt được giải thoát bằng cách đi vào một trạng thái tỉnh giác thuần tịnh không thể thối chuyển được, là nơi họ sẽ được giải thoát khỏi vòng sinh tử. Đối với người đó, mọi vọng tưởng sẽ vĩnh viễn chấm dứt hay chuyển hóa thành sự giác ngộ. Tuy nhiên, một người bình thường kinh nghiệm sự ngưng dứt tạm thời của những ý niệm được đặt nền trên sự sân hận vào giây phút giọt trắng đi xuống. Điều này được gọi là sự xuất hiện màu trắng tan hòa vào giai đoạn xuất hiện của gió.

Ngay khi giọt trắng đi tới trái tim, chủng tử nguyên thủy được nhận từ mẹ chúng ta vào lúc thụ thai đã tồn tại trong trung tâm rốn của ta suốt cuộc đời, cũng được gọi là chủng tử trứng hay chủng tử máu, đi lên kinh mạch trung ương và tan vào trái tim, hợp nhất với chủng tử trắng. Vào lúc này, có một tia sáng đỏ như mặt trời bất ngờ xuất hiện trong một bầu trời trong trẻo làm tràn đầy ánh sáng đỏ chói. Bốn mươi ý niệm kết hợp với sự tham dục bị ngưng lại. Nếu người hấp hối là một hành giả thành tựu trong cuộc đời, người ấy sẽ có khả năng đạt được giải thoát trong sự tỉnh giác Báo thân của Không - Lạc và chứng ngộ trạng thái giải thoát bất thối chuyển. Đối với một người bình thường, kinh nghiệm về sự ngưng dứt của bốn mươi ý niệm liên kết với tham dục này là tạm thời và chỉ xảy ra vào thời điểm chủng tử đó đi lên. Điều này được gọi là giai đoạn xuất hiện của màu đỏ tan vào giai đoạn cận đạt đến bóng tối.

Khi hai chủng tử này hợp nhất ở trung tâm tim, chúng được kết dính lại với nhau và lập tức kinh nghiệm cận tử bắt đầu. Đây là một kinh nghiệm về bóng tối hoàn toàn, không có ý thức, vào lúc này bảy ý niệm được đặt nền trên sự mê lầm và vô minh bị dừng lại. Đây cũng là lúc mà một hành giả hảo hạng chứng ngộ Pháp thân, đặc biệt khi các thực hành *Dzogchen* đã được thành tựu.

Nếu người hấp hối là một hành giả của giai đoạn phát triển thì người ấy, nhờ thói quen của sự thực hành *deity yoga* trong đời, sẽ có thể tập trung trên chủng tự hay các chữ *mantra* trong tim của *deity* (*Bổn tôn*). Việc đi vào sự tỉnh giác thiền định của Bổn tôn theo cách đó sẽ đưa đến giải thoát vào giây phút này. Nếu người hấp hối đã thực hành *tsalung* thì nhờ thói quen của sự thực hành Không - Lạc trong một trạng thái của bốn hỉ lạc, họ sẽ đi vào trạng thái tỉnh giác trí tuệ. Một hành giả bình thường hơn có thể nhớ lại sáu hồi niệm vào lúc này. Chúng là hồi niệm về Bổn tôn, giới luật, tăng đoàn, đức hạnh và v.v... Dù có thể ở trong bất kỳ tình huống nào, các hành giả phải nhớ lại và sử dụng thói quen mạnh mẽ nhất của họ vào giây phút quyết định này.

Nếu người hấp hối là một vị tăng hay ni, người ấy có thể nhớ lại những cam kết đã được lập ra để duy trì các nguyện hay giới luật nào đó. Nếu người hấp hối đã thực hành bố thí, họ có thể nhớ lại những hành động bố thí và hành vi đạo đức mà họ đã quen thuộc đó. Nếu người ấy đã từng là một hành giả trì tụng thần chú, người ấy có thể nhớ lại các thói quen của tâm. Nếu người ấy đã từng là một hành giả *Dzogchen*, người ấy có thể nhớ lại *cái thấy* (*kiến*) và đạt được giải thoát trong Pháp thân bằng cách hợp nhất giác tánh bất nhị với Đức Phật *Vajradhara* (Kim Cương Trì) hay *Samantabhadra* (Phổ Hiền). Sự hồi niệm này là tối cao. Nếu người ấy đã là một hành giả *mahayoga* hay *anu yoga*, người ấy có thể thấu suốt kinh nghiệm của Đức *Vajradhara* và đạt giải thoát. Nếu người ấy đã trì tụng OM MANI PADME HUNG, thì riêng điều này đã có thể là một hồi niệm rất mãnh liệt của kinh nghiệm cận tử.

Trái lại, nếu người hấp hối không có các thói quen tích cực hay đức hạnh, thì sau khi các tia sáng trắng và đỏ xảy ra và hai chủng tử hợp nhất, trong kinh nghiệm cận tử về bóng tối tâm thức sẽ mê lạc vào *A-lại-da*, là thức nền tảng rộng khắp. Trái lại, một hành giả vào giây phút kinh nghiệm cận tử sẽ tri giác sự ló rạng của ánh sáng căn bản, kinh nghiệm tịnh quang, tinh khiết như một bầu trời không mây, rực rỡ và chói ngời. Kinh nghiệm đó giải thoát hành giả khỏi bất kỳ che chướng hay dấu vết che chướng nào. Nếu người ấy đã được đưa vào tịnh quang trong đời mình và quen thuộc với sự thiền định, thì người ấy có thể đã từng thể nhập tịnh quang được minh họa khiến khi tịnh quang mẹ xuất hiện sẽ giống như một đứa trẻ nhận ra mẹ và lập tức nối kết bằng cách nhảy vào lòng bà. Tịnh quang được minh họa, nhờ năng lực của sự nhận thức, chuyển hóa thành ánh sáng mẹ hay ánh sáng căn bản. Không có gì quan trọng hơn việc nhận ra ánh sáng mẹ vào lúc này.

Nhưng, điều này có thể hoàn toàn chỉ là lối nói hoa mỹ, chỉ là bàn luận suông. Nếu các bạn không thực hành, nghiệp của các bạn sẽ tiêu cực đến nỗi không thể hiểu thấu điều này và các bạn sẽ mãi mãi tiếp tục lang thang trong sinh tử. Không có thực hành, các bạn hết sức tầm thường và sẽ chỉ kinh nghiệm ánh sáng trắng, ánh sáng đỏ và sự tối sầm. Đây là một kinh nghiệm khó vượt qua đến nỗi, nói đúng ra, chỉ có các hành giả cao cấp nhất mới có thể thực sự chiến thắng giây phút này trong một ý nghĩa tuyệt đối và thành tựu thân cầu vồng. Trong tất cả những trường hợp cá biệt khác sẽ chỉ là dấu vết vi tế của những mê lầm thuộc về nghiệp. Mọi chúng sinh trong ba cõi đều phải chết theo cách này, không một ai được miễn trừ tiến trình này. Ngay cả những *Lạt-ma* giàu có nhất cũng phải ra đi theo lối đó. Chẳng có lợi lạc gì đối với các hoạt động mà bản thân các bạn dính líu vào để tích lũy của cải. Bằng cách đi vào con đường với cam kết chân thực và *samaya* (*hứa nguyện*) trong sạch, hoặc người ta trực tiếp hướng tới mục đích giải thoát hoặc lạc đường và trộn lẫn Pháp thanh tịnh với cái thấy bất tịnh cùng các hoạt động bất tịnh, do đó đổi hướng và tiến về sự tái sinh trong các cõi thấp. Đây là lý do vì sao rất cần sử dụng một cách tốt đẹp sự tái sinh làm người quý báu này.

Các bạn đã nhận được các giáo huấn trực chỉ cốt tủy bắt nguồn từ Đức *Padmasambhava*, nhưng ngoài việc ấy ra tình huống của các bạn thực sự là rất vô ích. Tuy nhiên, nếu các bạn có thể hoàn toàn nhận thức được sự quý báu của những giáo lý dẫn tới giải thoát này, thì dần dần các bạn có thể thực sự đạt được giải thoát. Các bạn có thể nhận ra điều đó không? Các bạn có thể thiền định về nó? Đây có phải là điều mà các bạn thực sự nghĩ rằng các bạn có thể thực hiện? Xin hãy nhận ra cơ hội mà các bạn đang có, sự quý báu của các giáo lý này và xin hãy thực hành. Đừng chỉ làm một kẻ khùng điên và tiêu phí cơ hội này. Các giáo huấn trực chỉ không bao giờ được xa lìa. Đức Phật *A-di-đà* không ở quá xa. Đức Phật nguyên thủy Phổ Hiền không ở quá xa. Nếu các bạn biết phải thiền định thế nào, các bạn sẽ khám phá sự bất nhị và các bạn sẽ khám phá ra rằng không có sự phân cách giữa các bạn với chư Phật.

Bản tánh của tâm thì trống không, thoát khỏi mọi giới hạn. Nó không màu sắc, hình dạng hay các yếu tố phân biệt đối với bất kỳ loại nào, và tuy thế nó lang thang trong sinh tử, kinh nghiệm nỗi khổ và tích tập nghiệp. Thực ra, tâm có năng lực để đạt được tự do cũng như kinh nghiệm được đại lạc và hạnh phúc chân thật. Tất cả chín thừa của Phật Pháp hiện hữu là để cho bản tánh của tâm có thể được thấu suốt phù hợp theo các nhu cầu và khả năng của hành giả. Mỗi phái tìm kiếm để khám phá trạng thái *vô ngã* và định danh sự khám phá đó một cách thích hợp. Một vài phái gọi nó là bản tánh của tâm. Các Thanh Văn gọi nó là sự *không có cá tính* đối với một con người. Phái *Yogachara* (*Duy Thức*) gọi nó là *tâm không có bản ngã* (*vô ngã*). Phái Trung quán gọi nó là *trung đạo*. Các phái khác gọi nó là *trí tuệ siêu việt*, tinh túy của các Đấng Thiện Thệ, Mahamudra (*Đại Ấn*), một *bindu* tinh túy, nền tảng rộng khắp, giác tánh bình thường hay *tamal gyi shepa*.

Khi ta bắt gặp nó, bất chấp sự định danh của nó, không chút hồi niệm các sự kiện trong quá khứ, không cần đến sự tiên liệu các sự kiện trong tương lai, trong giây phút hiện đây, để mặc như nó là, tâm bình thường hay giác tánh (sự tỉnh giác) này không phải là cái gì trống rỗng hay hư vô, mà đúng hơn nó hoàn toàn rõ ràng. Nó không là cái gì đặc biệt, phi thường, vì sự biểu hiện của giác tánh là vô hạn. Nó không tản mác, bởi nó là nhất vị. Tinh túy là Pháp thân. Bản tánh là Báo thân. Phẩm tính là Hóa thân và sự không thể phân chia của ba điều đó là *svabhavakaya* (*Thân tự tánh*).

Sự truyền dạy này được trao cho *Lhacham Pema Sel* trong đời Đức *Padmasambhava*. Bà đã giữ gìn nó và về sau đã hóa thân là *Longchenpa* là bậc đã ban các giáo lý *Dzogchen* kỳ diệu nhất. Đây là các giáo huấn tinh túy đến trực tiếp từ Đức *Padmasambhava* và chúng chỉ dạy cách thức đạt được giải thoát. Điều này được thành tựu nhờ thấu suốt cái thấy về giác tánh nội tại.

Sau khi nhận được các truyền dạy và giáo huấn về bản tánh này, điều quan trọng là phải đưa chúng vào đời sống của các bạn bằng cách thực hành. Một khi các bạn đã được dạy cách thiền định, quả là một phí phạm lớn lao nếu không thực hành.

Các giáo lý này là tâm yếu của Đại thành tựu giả vĩ đại *Karma Lingpa*. Bởi chúng ta không thể biết được chúng ta có còn sống vào ngày mai hay không, nên ngay bây giờ là lúc để chuẩn bị cho cái chết và cách tốt nhất để làm điều đó là thể nhập cái thấy *Dzogchen*. Cái thấy đó sẽ siêu việt các giai đoạn tan rã vào lúc chết: tia sáng trắng, tia sáng đỏ, và sự thoáng ngất tối sầm, được theo sau bởi sự ló rạng của tịnh quang.

Nếu chúng ta quen thuộc với giác tánh tịnh quang thì ta sẽ đạt được giải thoát trong ánh sáng căn bản. Nếu không, *Bardo* Pháp Tánh sẽ xuất hiện và chúng ta sẽ có những cơ hội khác để nhận ra các cõi Phật thuần tịnh như sự phô diễn của các Bổn tôn xuất hiện trước tiên trong sự biểu lô từ hòa và sau đó trong biểu lộ phẫn nộ. Nếu các cõi Phật không được nhận ra và nếu sự giải thoát không xảy ra thì *Bardo* Trở thành sẽ rõ ràng và ta sẽ bị lôi vào các trạng thái tái sinh trong sinh tử trong tương lai. Khi tri giác mê lầm chưa được giải thoát, các bạn vẫn sẽ phải tiếp tục khoác lấy các hình tướng và trải nghiệm thân xác bị thiêu đốt trong địa ngục hay bất kỳ kinh nghiệm nào của hiện thân vật lý, và cứ lặp đi lặp lại mãi. Điều đó sẽ không ngừng dứt cho tới khi nào sự mê lầm trong tâm bị cạn kiệt. Sự mê lầm trong tâm bị cạn kiệt nhờ thiền định.

Nếu các bạn không thực hành thì các bạn hy vọng điều gì? Làm thế nào tôi có thể giúp đỡ các bạn? Điều khiến tôi có phần e ngại là đã quá hào phóng với những khám phá quý báu này, nhưng điều đó là xứng đáng nếu các bạn đưa những giáo lý này vào tâm khảm và thực hành chúng. Hãy thận trọng suy nghĩ điều này! Nếu các bạn không thiền định, thế thì không tốt. Điều đó làm suy đồi mọi sự. Mọi sự sẽ trở nên hư hỏng. Xin đừng lãng phí cơ hội này! Hãy nỗ lực thực hành.

# CHƯƠNG 7

# BARDO PHÁP TÁNH - PHẦN 1

Tối nay chúng ta sẽ thảo luận về *Bardo* Pháp tánh, sự tự giải thoát nhờ cái thấy. Sự giải thoát này tương tự như một đứa trẻ đang nghỉ ngơi trong lòng mẹ. Các giáo lý về *Bardo* Pháp tánh đặc biệt liên quan tới sự phô diễn giác tánh nội tại của ta. Bản văn gốc nói: "Giờ đây, khi *Bardo* Pháp tánh hé mở đối với tôi, tôi sẽ từ bỏ tất cả các niệm tưởng sợ hãi và kinh khiếp. Tôi sẽ nhận ra bất kỳ điều gì xuất hiện như sự phóng chiếu của riêng tôi và nhận biết nó là một thị kiến của *bardo*. Giờ đây tôi đã đi tới thời điểm quan trọng này, tôi sẽ không sợ hãi những bậc từ hòa và phẫn nộ là những phóng chiếu của chính tôi."

Thực ra, trước khi thảo luận về *Bardo* Pháp tánh, tôi muốn bàn thêm về sự *chuyển di tâm thức*, sự thực hành việc đưa tâm thức đi lên và ra ngoài kinh mạch trung ương.

Trong truyền thống *Longsal Nyingpo*, ta quán tưởng chính mình là Đức *Avalokiteshvara* (Quán Thế Âm), trong trung tâm của ta là kinh mạch trung ương thẳng như một thân tre. Ta quán tưởng sinh khí và tâm mình là một trái cầu, kích thước bằng một quả trứng gà so (quả trứng đầu tiên của một con gà mái), ở trong kinh mạch trung ương, khoảng nơi trái tim. Ta quán tưởng Đức *A-di-đà* ở trên đỉnh đầu và tưởng tượng rằng tâm thức mình là một *bindu* ánh sáng. *Bindu* này nổi lên và rung động, được phóng lên và ra ngoài kinh mạch trung ương giống như một ngôi sao băng, hợp nhất với tâm Đức *A-di-đà* và trở nên không thể phân ly với Đức *A-di-đà*.

**99**

Có nhiều truyền thống về *phowa*. Trong phương pháp khác ta sẽ quán tưởng bản thân mình là *Vajravarahi*, duy trì sự tỉnh giác về ba kinh mạch, là kinh mạch trung ương và các kinh mạch trái và phải. Đức Phật *Vajradhara* sẽ được quán tưởng ngay trên đỉnh đầu ta và tâm thức được phóng lên qua kinh mạch trung ương đi vào tim Đức *Vajradhara*.

Trong truyền thống *Nyingthig*, ta quán tưởng chính mình là *Vajrayogini*, kinh mạch trung ương thẳng đứng như thân tre và tâm thức được bắn vọt lên ra ngoài với âm thanh PHAT.

Trong một *terma* (kho tàng giáo lý được chôn giấu) mà tôi đã khám phá, ta quán tưởng mình là *dakini Yeshe Tsogyal*. *Guru Dewachenpo*, tức *Padma-sambhava* trong biểu lộ của *đại lạc*, được quán tưởng trên đỉnh đầu ta và được vây quanh bởi một đoàn tùy tùng gồm các Đạo sư dòng truyền thừa. Sau khi dâng một bài khẩn nguyện đặc biệt, tâm thức, một *bindu* của năng lực ánh sáng, được phóng lên qua kinh mạch trung ương, ra ngoài đỉnh đầu. Ở đó, nó hợp nhất với tâm của *Guru Đại Lạc*.

Theo truyền thống về sáu *bardo*, ta quán tưởng thân mình như một thân ánh sáng gồm có năm màu cầu vồng, với kinh mạch trung ương và hai kinh mạch phụ ở hai bên. Ta quán tưởng tâm mình là một *bindu* ánh sáng ở trong kinh mạch trung ương. Khi ta tụng âm PHAT, tâm thức được phóng lên và ra ngoài, đi vào tim Đức *A-di-đà*, và ở đó nó tan ra. Đây là sự thực hành *phowa* với ba nhận thức.

Nếu các bạn có thể thành tựu kỹ thuật *phowa* tối cao, nhận ra giác tánh nội tại trống không vào lúc chết, niêm phong giây phút đó với cái thấy của Đại viên mãn, thì các bạn sẽ được giải thoát trong Pháp thân. Nếu các bạn đã từng là một hành giả *mahayoga* thuộc giai đoạn phát triển thì vào lúc chết các bạn sẽ quán tưởng chính mình là vị Bổn tôn mà các bạn đã liên hệ, chẳng hạn như *Vajrakilaya, Yamantaka* v.v... và duy trì sự tỉnh giác về chủng tự trong trung tâm tim của các bạn với các chữ thần chú xoay tròn. Các bạn sẽ kinh nghiệm giây phút chết theo cách đó và đạt được giải thoát như một Báo thân Phật.

Nhiều người trong các bạn cần nương cậy vào *phowa* với ba nhận thức vào lúc chết. Ba nhận thức này là: nhận thức kinh mạch trung ương như con đường; tâm thức hành giả như kẻ du hành trên con đường; và *Dewachen*, hay cõi Cực Lạc, như đích đến. Trọng tâm của thực hành này là đưa tâm thức ta đi lên và ra ngoài kinh mạch trung ương, khiến nó hợp nhất với tâm Đức *A-di-đà*. Nếu các bạn không thể quán tưởng điều đó một cách rõ ràng, các bạn cần tưởng tượng rằng tâm các bạn không phân cách với tâm Đức *A-di-đà*. *Phowa* với ba nhận thức là cực kỳ mạnh mẽ và đem lại các sự ban phước to lớn.

Bây giờ, các thực hành liên kết với *Bardo* Đời Này và *Bardo* Thiền định chuẩn bị cho ta kinh nghiệm về sự xuất hiện của Pháp tánh là phô diễn sự thuần tịnh nguyên thủy. Trạng thái thuần tịnh nguyên thủy được thể nhập qua con đường *trekchod* - *"sự cắt đứt để đi vào sự thuần tịnh nguyên thủy"*. Một khi các bạn chứng ngộ cái thấy nhờ *trekchod* thì các bạn có thể thể nhập *rigpa* như con đường *togal* - *"sự vượt qua với sự hiện diện tự nhiên"*. Theo cách này, các bạn có thể đạt được giải thoát trong đời vào lúc chết, hay khi tịnh quang mẹ ló rạng và được nhận ra. Các bạn cũng có thể đạt được giải thoát khi sự phô diễn của các Bổn tôn từ hòa và phẫn nộ xuất hiện và được nhận ra như sự phô diễn giác tánh của chính mình. Một nền tảng vững chắc của sự thực hành trong đời này cho phép các bạn tự quen thuộc với các kỹ thuật này. Không có nó, sự giải thoát sẽ không xảy ra. Nhưng chỉ riêng việc quen thuộc với thực hành *togal* cũng sẽ bảo đảm việc nhận ra bản tánh sự phô diễn các Bổn tôn từ hòa và phẫn nộ,

: bạn sẽ không còn tái sinh trong vòng sinh tử nữa. Đây la một thực hành sâu xa, gieo trồng các hạt giống giải thoát rất sâu xa trong tâm thức các bạn.

Giáo lý về *Bardo* Pháp tánh có bốn phần. Phần thứ nhất là để cho ba cửa (*thân, ngữ, tâm*) nghỉ ngơi trong sự hòa hợp của chính chúng, để mặc chúng êm dịu như một dòng sông trong sự hòa điệu của riêng chúng. Phần thứ hai sử dụng các giáo huấn tinh yếu của Đạo sư, là nghỉ ngơi trong bản tánh của các sự vật; cách thức chúng thật sự an trú. Phần thứ ba là nghỉ ngơi tự nhiên; để thành tựu điều này, có bốn loại thiền định an lập (placement meditation), trong đó người ta thiền định một cách tự nhiên về sự cắt đứt để đạt được sự thuần tịnh nguyên thủy. Phần thứ tư là thâm nhập vào bản tánh của tâm bằng cách vượt qua với sự hiện diện tự nhiên - sự hiện diện tự nhiên của *ying*, *thigle*[1] và *rigpa*.[2] Như thế, ta đạt được thân cầu vồng Pháp thân.

Các vấn đề then chốt của ba cửa: (*thân, ngữ* và *tâm* là thiết yếu trong việc giữ gìn cho sự thực hành được hoàn toàn thanh tịnh. Đối với *thân*, ta có ba tư thế căn bản trong *togal*, tương ứng với *ba thân*, giống như tư thế của một hiền nhân. Thứ hai là tư thế Báo thân, giống như tư thế của một con voi đang ngủ. Thứ ba là tư thế Pháp thân, giống như tư thế của

---

[1] Thigle (Phạn ngữ): bindu, dấu, vết, giọt. Từ được dùng trong một vài hình thức của anuttara-yoga-tantra để chỉ năng lực vi tế mà sự hiển lộ vật lý của nó được đồng nhất với tinh dịch nam. Những giọt năng lực vi tế này nằm trong những phần khác nhau của thân thể, chẳng hạn như tim, và được di chuyển hay vận dụng xung quanh những kinh mạch vi tế bằng sự thiền định để phát triển sự hỉ lạc được kết hợp với giác ngộ.

[2] "Rigpa là một từ Tây Tạng có ý nghĩa tổng quát là 'sự thông tuệ' hay 'giác tánh'. Tuy nhiên, trong Dzogchen (Đại Viên mãn), giáo lý cao cấp nhất trong truyền thống Phật Giáo Tây Tạng, rigpa có một ý nghĩa sâu xa hơn, là 'bản tánh sâu xa của tâm'. Toàn bộ giáo lý của Đức Phật được nhắm đến việc chứng ngộ điều này, là bản tánh tối hậu của ta, trạng thái toàn trí hay giác ngộ - một chân lý phổ quát, nguyên sơ đến nỗi nó siêu việt mọi giới hạn và thậm chí siêu vượt chính tôn giáo." - Sogyal Rinpoche.

một sư tử tuyết ngồi thẳng đứng trên cặp đùi của nó.

Trong thực hành *Troma*, tư thế Báo thân là tư thế bảy điểm của Đức Phật Tỳ Lô Giá Na. Ba tư thế của thân có sự khác biệt theo các truyền thống khác nhau. Tư thế Pháp thân sư tử tuyết thật tuyệt hảo. Có nhiều trích dẫn về tầm quan trọng của các sự gia hộ chỉ có được từ các tư thế. Các trích dẫn này có thể được tìm thấy trong các bản văn như *Dra Thal Gyur*, Mười Bảy *Tantra* và *Mutig Trengwa*, hay Chuỗi Ngọc. Sự giảng dạy về các tư thế mà tôi đưa ra ở đây phù hợp với *terma* của ngài *Karma Lingpa*. Theo truyền thống, các giáo lý *togal* được ban cho bảy đệ tử mỗi lần và sự thực hành được thực hiện một cách lý tưởng khi bầu trời trong trẻo và lặng gió. Thực hành này phải được thực hiện ở một nơi cô tịch.

Trong tư thế Pháp thân sư tử tuyết, các bạn đặt hai bàn chân cạnh nhau. Nắm bàn tay lại thành kim cương quyền và đặt ở phía trước chân mình, vươn thân trên lên thật thẳng. Đầu hơi cúi xuống. Khi thân thẳng thắn, các kinh mạch thẳng và tâm thức trong sáng, điềm tĩnh và thoát khỏi các vật chướng ngại trong các kinh mạch năng lực. Sau đó, bằng nhãn quan, cái nhìn của các bạn được giữ theo cách sẽ được mô tả sau. Ngay bây giờ chúng ta sẽ tập trung vào các tư thế.

Tư thế thứ hai là tư thế Báo thân của một con voi đang ngủ. Trong tư thế này, các bạn cúi mình xuống trên đầu gối, hai khuỷu tay trên mặt đất và cằm nằm trong lòng hai bàn ta. Đầu các bạn hơi nâng lên.

Tư thế thứ ba là tư thế Hóa thân của một hiền giả. Trong tư thế này, các bạn ngồi với đôi bàn chân trên mặt đất và đầu gối hướng lên. Các khuỷu tay chạm vào đầu gối, chân đặt cạnh nhau và hai tay được xếp chéo lại, tay phải trên tay trái với các ngón tay chạm vai. Xương sống cần thật thẳng.

Đây là ba tư thế của thực hành *togal* giúp cho bản tánh trí tuệ nguyên thủy bẩm sinh được nhận thức một cách trực tiếp. Nhờ các tư thế này mà bản tánh trí tuệ bẩm sinh của ta hiển lộ tự nhiên. Vấn đề then chốt của *thân* là giữ lấy một trong những tư thế. Hãy để nó tự nhiên.

Vấn đề then chốt của *ngữ* có ba điểm: thứ nhất là giảm thiểu sự trò chuyện, thứ hai là giữ chánh niệm trong ngôn ngữ và thứ ba là hoàn toàn loại trừ ngôn ngữ theo cách tiệm tiến. Vấn đề căn bản ở đây là ngôn ngữ không bao giờ chấm dứt, vì thế hãy cắt đứt lời nói không cần thiết. Trong khi thiền định đừng nói năng bất cứ điều gì.

Vấn đề then chốt của *tâm* là thể nhập giác tánh thuần tịnh, duy trì sự trong sáng, không phóng tâm và với mức độ tập trung nào đó. Đừng đi vào những ý niệm. Chỉ mặc cho tâm ngơi nghỉ.

→ Vấn đề then chốt để giữ gìn sự tỉnh giác của *ba cửa* là an trụ trong tri giác trực tiếp. Ở đây ta đang đi vào sự tự tỉnh giác về bản tánh của nó như *ba thân*. Sự phô diễn bẩm sinh của giác tánh là cái thấy về *thigle (bindu)*, các phần tử xuất hiện một cách khách quan trong không gian trước mặt.

Sau đó chúng ta có vấn đề then chốt để thực hành. Lối vào ban đầu đối với sự thực hành là nhờ nhãn quan và cách nhìn thích hợp. Ta nên cố gắng giữ con mắt thật yên. Trước tiên, có cách nhìn của Pháp thân là nhìn lên không gian với một tiêu điểm thật yên tĩnh. Việc duy trì cái nhìn pháp thân này tự động cắt đứt tri giác mê lầm. Thứ hai là cách nhìn báo thân, là nhìn thẳng vào không gian trước mặt. Cách nhìn này đem lại tri giác thuần tịnh về trí tuệ nguyên thủy. Thứ ba là cách nhìn hóa thân, là nhìn hướng xuống, cho ta khả năng kiểm soát sinh khí và tâm vi tế. Đây là ba cách nhìn trong khi thực hành *togal.*

Có hai đối tượng bên ngoài mà ta tập trung vào bằng cái nhìn: phạm vi bên ngoài và phạm vi bên trong. Phạm vi bên ngoài là không gian không vướng bận bởi bất kỳ chướng ngại nào, như những đám mây hay các vật thể được tạo dựng. Phạm vi bên trong là ánh sáng chói. Một lần nữa, phạm vi bên ngoài là không gian không có chút dấu vết hay sai sót nào và phạm vi bên trong là ánh sáng thuần tịnh, chính là giác tánh bẩm sinh. Hai phạm vi này được hợp nhất nhờ sự thực hành. Ta dùng các đối tượng bên ngoài như mặt trời, mặt trăng hay một ngọn nến khi thực hành.

Cuối cùng, ta phải kiểm soát sinh khí. Phải biết cách nín khí (*hơi*), cách thở ra, và cách kiểm soát hơi thở bình thường trong ba giai đoạn này. Giáo lý này phù hợp với *Bardo* Pháp tánh, vì nếu thành tựu thì khi sự phô diễn của các Bổn tôn từ hòa và phẫn nộ xuất hiện ta sẽ không sợ hãi.

Bây giờ, tôi muốn quay trở lại việc thảo luận về các dấu hiệu của cái chết. Các dấu hiệu của cái chết rất cần được nhận ra khi cái chết đang nhanh chóng đến gần. Là chúng sinh trong sáu cõi, chúng ta không thể tránh khỏi việc gặp gỡ cái chết. Cái chết xảy đến bởi một trong hai lý do: sự cạn kiệt của nghiệp hay sự tấn công của các điều kiện, tình huống hay trở lực bất ngờ. Khi cái chết xảy đến do nghiệp và sinh lực cạn kiệt, nếu là một tình huống may mắn thì ta có thể chết từ từ trên giường, có bạn hữu và những thành viên trong gia đình vây quanh. Tình huống này không ít thì nhiều có thể thoải mái hơn, và các giai đoạn của cái chết sẽ trở nên rõ ràng trong một trật tự tiệm tiến liên tiếp. Một cái chết bất ngờ thì không nhất thiết là do sự cạn kiệt của nghiệp. Đúng hơn, nó phải diễn ra với sự tấn công của một trở lực lấy đi mạng sống, như một tai nạn xe hơi hay một xáo trộn về các *đại* khi bị sét đánh... Khi ấy, không có các giai đoạn tan rã, nhưng thật đột ngột ta có kinh nghiệm về trạng thái không ý thức, là giai đoạn sau cùng của ba giai đoạn tan rã: sự xuất hiện của màu trắng, sự xuất hiện của màu đỏ và sự thoáng ngất tối sầm đột ngột vào lúc chết.

Trong trường hợp của cái chết thình lình, ba giai đoạn đó vẫn xảy ra nhưng chúng không được nhận ra. Kinh nghiệm sẽ rất thô lậu và nặng nề, và ta sẽ lập tức rơi vào trạng thái thoáng ngất, không hiểu biết chút gì về điều xảy ra và sau đó tỉnh lại trong trạng thái trung ấm. Cách thức chết này thật khó khăn bởi nỗi đau và vô minh to lớn mà nó đem lại. Khi các giai đoạn tan rã không rõ ràng thì còn khủng khiếp và sợ hãi hơn nữa trong *bardo*. Tốt hơn là ta có cơ hội để chết chậm rãi, trải qua một thời gian ở nơi mà ta có sự tỉnh giác nào đó về các giai đoạn tan rã. Nếu các bạn gặp cái chết bất thần thì cho dù các bạn là một hành giả tu tập Pháp, các bạn cũng sẽ không có thì giờ để chuẩn bị bằng cách cử hành các bài khẩn nguyện và các thực hành khác mà có thể các bạn đã tu tập suốt đời mình. Các bạn sẽ không được tự do để tự quán tưởng mình là một Bổn tôn, bởi các bạn sẽ bị tóm lấy vào giây phút chết đó. Đây là lý do khác của việc tại sao điều quan trọng là các hành giả *Dzogchen* phải duy trì sự tỉnh giác về giác tánh nội tại và an trụ trong cái thấy (kiến) ở mọi lúc.

Nếu bản thân các bạn quen thuộc với pháp *phowa* trong đời, quen thuộc việc quán tưởng tâm các bạn như một quả cầu ánh sáng trí tuệ được phóng thẳng lên kinh mạch trung ương như một ngôi sao băng và thoát ra đỉnh đầu đi vào cõi thuần tịnh hay trái tim Đức Phật, nếu các bạn đã từng phát triển một thói quen mạnh mẽ là đưa tâm thức mình đi lên và ra ngoài, và lặp đi lặp lại điều này, thì có thể ngay cả trong trường hợp một cái chết bất ngờ, đây sẽ là nơi mà tâm thức có thể xuất ra khỏi thân thể. Một hành giả *Dzogchen* cần luôn luôn duy trì sự tỉnh giác vào mọi lúc. Đây là một vấn đề hết sức quan trọng. Nếu các bạn may mắn, các bạn sẽ không chết bất ngờ trong đời này và sẽ có cơ hội để chết trên giường, với thuốc thang hảo hạng, có các bác sĩ, y tá và những người thân yêu xung quanh. Các bạn sẽ có tự do để thực hiện sự thực hành của mình. Và theo cách này, các bạn sẽ có cơ hội để quán tưởng các giai đoạn của sự tan rã.

Mặt khác, tôi xin nói cho các bạn rõ là ngay cả việc quán tưởng các giai đoạn này cũng là điều cực kỳ khó khăn. Vào lúc chết, nếu các bạn không có sự tỉnh giác hay căn bản của sự thực hành, thì trong trường hợp một cái chết bất ngờ, các bạn sẽ chỉ rơi vào một trạng thái mất ý thức còn nặng nề hơn bất kỳ giấc ngủ sâu nào mà các bạn từng kinh nghiệm. Khó mà đảo ngược lại được, cho dù các bạn đang chết từ từ. Nếu các bạn không tỉnh giác về sự tan rã, các bạn sẽ bị đánh bại bởi sự hôn trầm nặng nề của tiến trình hấp hối. Sẽ là một sự tràn ngập khủng khiếp khi ba giai đoạn xảy ra. Các bạn sẽ không được tự do để kiểm soát nó trừ khi các bạn có thói quen về Pháp rất mạnh mẽ. Làm điều gì đó trong lúc này thì cực kỳ khó khăn. Nó không giống như bất kỳ giây phút nào khác. Tâm thức ta bị tràn ngập. Dù ta chết bởi sự cạn kiệt của nghiệp hay bởi một điều kiện (duyên) bất ngờ, thì trong ý nghĩa nào đó chúng cũng giống nhau ít nhiều. Các bạn phải tu tập và chuẩn bị cho bất cứ điều gì.

Sự cạn kiệt của nghiệp cũng có thể xảy ra vào bất cứ lúc nào. Các bạn có thể chết khi các bạn còn trẻ hay khi già. Có thể vào bất cứ lúc nào. Khi Thần Chết đến thăm các bạn, chào hỏi, và đưa các bạn sang trạng thái tái sinh kế tiếp, các bạn sẽ kinh nghiệm kết quả của những nguyên nhân mà bạn đã tích tập trong đời này. Thời gian các bạn dâng hiến cho sự thực hành Pháp sẽ là kho công đức bạn mang theo mình. Công đức này sẽ kéo dài bao lâu mà năng lực của nó tồn tại, nó được đặt nền trên sức mạnh sự tích tập của nó. Đó là những gì sẽ thúc đẩy các bạn đi vào trạng thái tái sinh kế tiếp, dù là tái sinh như một vị trời, người hay bất kỳ loại thân tướng nào. Rõ ràng là các bạn phải nhận thức rằng *karma* (nghiệp) là thật có. Được đặt nền trên định luật nhân quả, kết quả của sự thực hành Pháp là đức hạnh và hạnh phúc.

Có nhiều người trong căn phòng này tối nay, và mọi người trông rất khác biệt nhau. Ai nấy đều có vẻ khác nhau. Mọi người có những thái độ khác nhau, hiểu biết các giáo lý bằng những cách khác nhau, có một đời sống gia đình khác nhau, mức độ giàu có khác nhau và v.v… Căn nguyên của mọi sự này là *nghiệp*. Thọ mạng mà các bạn sẽ trải qua, dù dài hay ngắn, đều hoàn toàn do *nghiệp* của bạn, và chỉ có *nghiệp* của các bạn là sẽ quyết định bạn sống thọ bao lâu và sẽ có bao nhiêu thời gian để chuẩn bị cho giây phút quan trọng đó.

Ở Tây Tạng, hầu hết mọi người chết vì ăn uống không thích hợp. Tôi không biết tại quốc gia này đa số các bạn chết ra sao, nhưng đó là nguyên nhân cái chết của phần lớn người Tây Tạng. Dù bất kỳ tình huống nào, điều đầu tiên sẽ xảy ra cho người hấp hối là họ sẽ không nghe rõ ràng các lời nói. Mọi âm thanh sẽ trở nên mơ hồ, và khi thời gian qua đi người hấp hối sẽ không hiểu được điều gì diễn ra quanh họ. Đây là sự bắt đầu của tiến trình chết. Sau đó thịt tan vào *địa đại*. Các chất lỏng tan vào *thủy đại*. Rồi hơi ấm trong thân tan vào *hỏa đại*. Khi tâm thức tan vào *không gian* (*không đại*), đó chính là giây phút các kinh nghiệm về "*con đường trắng*", "*con đường đỏ*", và "*con đường đen*" xảy ra.

Như thế, đi ngược lại tiến trình, thịt, xương và mỡ của chúng ta, tất cả những thứ ấy bắt nguồn từ *địa đại*, tan trở lại vào *địa đại*. Khi các chất lỏng tan trở lại vào nước, chúng chảy ra ngoài thân thể mà không kiểm soát được. Hơi ấm của thân thể tan vào *hỏa đại*. Hơi thở tan vào gió và *gió ở-khắp* lưu hành trong thân thể ta tan vào gió của chất tinh túy đời sống. Vào lúc này, hơi thở bên ngoài chấm dứt. Điều này xảy ra trước sự ngưng dứt của hơi thở bên trong. Vào lúc đó, 84.000 loại mê lầm chấm dứt. Sau đó, các loại gió (*khí*) khác tan rã. Có năm loại gió (*khí*) chính. *Gió ở-khắp* tan thành gió của đời sống. Sau đó là sự tan rã của *gió tràn lên*, *gió dồn xuống*, và các *gió hơi ấm* và *hấp thụ*. Tất cả đều tan rã. Khi những gió này tan rã, ta không còn bất kỳ kinh nghiệm cảm xúc nào nữa.

Tiến trình tan rã xảy ra cho tất cả chúng sinh trong vòng sinh tử, nhưng khi họ không nhận ra tiến trình và không có sự tỉnh giác, họ lại tiếp tục tái sinh và cứ lặp đi lặp lại như thế. Trong sự tái sinh đó; họ tích tập thêm nghiệp tiêu cực và nhân tái sinh khác. Chúng sinh bị mắc bẫy trong vòng tái sinh bất tận này, được đặt nền tảng trên nghiệp tiêu cực. Điều cực kỳ quan trọng là phải có sự tỉnh giác nào đó về tiến trình này để các bạn có thể duy trì tỉnh thức trong đó và đạt được giải thoát nhờ sự tỉnh giác đó.

Hạt giống (chủng tử) mà ta nhận từ người cha lúc thụ thai sẽ từ đỉnh đầu đi xuống kinh mạch trung ương. Lúc đó, ba mươi ba ý niệm được đặt nền trên sự sân hận bị ngưng lại và có kinh nghiệm về tia sáng trắng, nơi đó mọi sự trở nên trắng như một vầng trăng tròn xuất hiện trong không gian. Khi điều này xảy ra, ta sẽ không tỉnh lại từ tiến trình hấp hối. Vào giai đoạn này, không thể thay đổi gì được nữa. Rồi hạt giống đỏ được nhận từ người mẹ lúc thụ thai đi lên kinh mạch trung ương tới tim. Điều này được kinh nghiệm như một tia sáng đỏ, giống như một mặt trời sáng chói, và vào lúc đó bốn mươi ý niệm được đặt nền trên sự tham muốn bị ngưng lại.

Khi hai hạt giống này được hợp nhất ở trung tâm tim, ta kinh nghiệm sự thoáng ngất tối đen của giây phút chết. Khi hạt giống trắng rơi từ đỉnh đầu xuống trái tim thì cũng có một kinh nghiệm về hỉ lạc đang tràn ngập và không giống bất kỳ hiện tượng nào xảy ra trong các trạng thái tỉnh giác khác. Ta hoàn toàn bị kiệt quệ bởi kinh nghiệm hỉ lạc này. Khi hạt giống đỏ đi lên trái tim, lúc tia sáng đỏ xảy ra, ta có kinh nghiệm về sự trong sáng tương ứng với sự tham muốn. Khi hai hạt giống hợp nhất trong tim, sự thoáng ngất đen tối xảy ra, ta có một kinh nghiệm mãnh liệt về bóng tối dày đặc. Vào lúc đó, các ý niệm được liên kết với sự mê lầm bị ngưng lại và ta chết.

Kinh nghiệm hỉ lạc xảy ra tương tự như sự hỉ lạc được kinh nghiệm trong hoạt động tính dục. Khi tâm thức được thụ thai trong tử cung của mẹ, trong hành vi tính dục của cha mẹ, do khuynh hướng nghiệp nó đi vào miệng người cha, đi xuống và qua cơ quan của cha để đi vào cơ quan của mẹ, tan hòa trong hạt giống (trứng) của mẹ và sự thụ thai xảy ra. Tâm thức kinh nghiệm hỉ lạc vào lúc thụ thai. Đây cũng là loại hỉ lạc được kinh nghiệm bởi người hấp hối khi hạt giống trắng rơi xuống tim. Nó được gọi là kinh nghiệm ban đầu đồng-xuất hiện về hỉ lạc, chỉ lặp lại chính nó vào lúc chết. Đối với một hành giả Mật thừa đã quen thuộc với các thực hành tương ứng với quán đảnh thứ ba, sự thực hành *anu yoga* quét sạch các khuynh hướng vi tế bị kinh nghiệm hỉ lạc này hấp dẫn. Một hành giả *Dzogchen* có phẩm chất thực hành với một phối ngẫu có thể tạo nên kinh nghiệm hỉ lạc này để thấu suốt bản tánh của nó và tịnh hóa các khuynh hướng trong một chiều hướng bình thường. Điều này được thành tựu qua sự thực hành được gọi là thực hành *Không-Lạc* của bốn niềm vui. Sự thực hành này thiết lập các tình huống nhờ đó ta có thể tẩy bỏ các thói quen của hỉ lạc bình thường. Đây là năng lực của sự thiền định thuộc giai đoạn thành tựu.

Khoảng thời gian khi tâm thức kinh nghiệm sự thoáng ngất thường kéo dài khoảng ba ngày, mặc dù trong trường hợp của một hành giả nó có thể kéo dài bảy ngày hay hơn nữa. Một khi trạng thái này chấm dứt, người hấp hối kinh nghiệm sự ló rạng của ánh sáng căn bản xuất hiện như con đường đi tới giải thoát. Nếu họ đã là một hành giả *Dzogchen* và đã thiền định về giác tánh nội tại trống không, thì thậm chí chỉ ba phút của sự thiền định đó cũng được nhân đôi lên vào lúc này trong *bardo*. Nó cho ta một cơ hội tốt hơn để đạt được giải thoát khi tịnh quang mẹ xuất hiện và được nhận ra. Việc nhận ra tịnh quang thật là huy hoàng, vì toàn bộ nền tảng của trái đất, tất cả các hiện tượng, chuyển hóa thành ánh sáng xanh dương tinh tế chói lọi và ta nhận thức được mình là thành phần của sự phô diễn vĩ đại này của ánh sáng xanh dương là một cái gì hoàn toàn thanh tịnh, nguyên sơ và tinh khiết. Nó là một màu xanh dương đầy khí lực tỏa khắp mọi phương diện của các hiện tượng. Nhận ra kinh nghiệm này nhờ sự thiền định của ta về giác tánh nội tại trống không có nghĩa là ta sẽ nhận ra được tịnh quang mẹ và đi lên mười cấp bậc cùng năm con đường đạt tới giải thoát trong Báo thân, sự đánh thức Pháp thân.

Việc quen thuộc và bắt gặp tịnh quang mẹ này khi nó ló rạng là điều quan trọng duy nhất mà các bạn có thể học hay thực sự thực hành trong đời. Điều quan trọng là mỗi người trong các bạn cần thấu suốt và trở nên quen thuộc với các giai đoạn tan rã và hiểu rõ rằng cái tiếp theo sau đó là sự ló rạng của ánh sáng căn bản. Nếu điều này được nhận ra, đó là cơ hội của các bạn để đạt được giác ngộ. Nếu các bạn biết cách thành tựu nơi an nghỉ bất biến này, thì đây là yếu tố tách lìa vô minh ra khỏi sự giải thoát. Đây là ranh giới mà các bạn vượt qua từ sinh tử tới Niết-bàn. Đây là sự chứng ngộ sự thuần tịnh nguyên thủy. Tôi không thể không nhấn mạnh tầm quan trọng của điều này. Mọi sự tu tập của các bạn, mọi việc các bạn làm trên con đường tâm linh là để chuẩn bị cho giây phút đó. Nó là một giây phút tự nhiên. Các bạn phải biết cách gặp gỡ nó để đạt được giải thoát. Sau giây phút đó, các hiện thân và phân tử của ánh sáng xuất hiện và nhờ năng lực thực hành *trekchod* và *togal* các bạn sẽ có một cơ hội để đạt được giải thoát. Bằng năng lực của thực hành *trekchod* và *togal*, các bạn có thể đạt được giải thoát vào giây phút ánh sáng căn bản ló rạng, nhờ sự nhận ra giác tánh nội tại trống không.

Không gì tốt đẹp hơn điều này! Cái gì có thể tốt hơn? Giả sử các hạn học với một trăm Đạo sư, các bạn chẳng bao giờ có thể gặp được giáo lý nào cao hơn giáo lý này. Không gì cao hơn *Dzogchen*. Tại sao lại còn lo thực hành giáo lý nào khác? Nếu bạn cho rằng còn có gì tốt đẹp hơn giáo pháp này thì có lẽ tốt hơn là bạn nên đâm đầu xuống biển!

Trước khi chết, các bạn cần thấu suốt rằng bản tánh của mọi hình tướng là sự phô diễn của *rigpa*, giác tánh nội tại trống không. Các bạn cần duy trì cái thấy *Dzogchen* để không lạc mất chỗ của mình, không bỏ lỡ cơ hội thành tựu nơi an trú bất biến này. Các bạn nên biết rằng, ngoài nền tảng giác tánh nội tại và sự phô diễn của nó, mọi sự đều là vô minh. Tịnh quang nền tảng, ánh sáng căn bản, là sự xuất hiện xanh dương tỏa khắp của không gian, thì không có các giới hạn và biên cương dù thế nào đi nữa. Ngay cả thân thể bạn cũng không là gì khác hơn không gian. Nó giống như sự chiếu sáng của mặt trời và mặt trăng nhưng không có vật gì trong đó. Nó là kinh nghiệm về giác tánh bẩm sinh trống không mà bản thân các bạn phải tự làm quen thuộc nhờ sự thực hành. Nó là kinh nghiệm về Pháp thân. Tất cả các *yogin, yogini, Tulku, Lama Dzogchen* vĩ đại, tất cả những hành giả xuất sắc đều trải qua đời mình trong sự thiền định, hộ trì giác tánh nội tại của con đường. Hãy biết rằng khi ánh sáng căn bản, tịnh quang mẹ, tự phô diễn, nó huy hoàng một cách tuyệt đối, và khi các ngài nhận ra nó, các ngài hoàn toàn giải thoát trong cõi thanh tịnh của Pháp thân. Các bạn có hiểu điều đó không? Tôi tự hỏi rằng các bạn có hiểu điều đó không và các bạn có nghĩ rằng các bạn muốn thiền định, có nghĩ rằng các bạn có khả năng để tự chuẩn bị bằng cách thiền định về giác tánh nội tại trong đời này để nhận ra được ánh sáng mẹ khi nó xuất hiện vào lúc chết. Đó có phải là điều mà các bạn có thể?

Một bậc đã được giải thoát trong ánh sáng căn bản vào

lúc chết sẽ biểu lộ các dấu hiệu vật lý của sự thành tựu đó. Thân các ngài sẽ được đánh dấu với những chữ OM AH và HUNG. Các cầu vồng sẽ xuất hiện vào lúc chết và trong tro hỏa thiêu của các ngài sẽ hiện ra những xá lợi. Các bạn có tin điều đó không? Một trong những bậc Thầy của tôi, ngài Akong Khenpo, đã sống đến chín mươi tuổi. Ngài là một *yogi Dzogchen* vĩ đại, là một *khenpo* ở Tu viện *Tarthang* và là một đệ tử tâm truyền của *Dodrup Tenpei Nyima*. Ngài là một đại thành tựu giả vĩ đại và bị giết chết khi quê hương ngài bị chiếm đóng. Khi Ngài mất, có chữ HUNG ở trung tâm tim của ngài, trông như thể được vẽ bởi bàn tay con người. Chữ này được vẽ bằng máu và được chạm nổi trên thi hài của ngài. Có một *ngakpa* khác có chữ *dakini* trên thi hài: các chữ BAM HA RI NI SA và các chữ khác. Các bạn có đức tin nơi các hành giả *Dzogchen* vĩ đại như các vị này và nơi các thành tựu của họ không?

Ánh sáng chói ngời này xảy ra trong *Bardo* Vào Lúc Chết và bản thân các bạn có thể quen thuộc với nó trong suốt đời, vào mỗi đêm khi các bạn đi ngủ. Các bạn có thể thực hành nhận ra các giấc mộng của mình thay vì rơi vào trạng thái hôn trầm của giấc ngủ và giấc mộng bình thường. Nếu các bạn có thể thực sự có một giấc mộng sáng suốt, các bạn nên phát triển khả năng của mình để làm điều đó, khiến cho cái thấy *Dzogchen* và sự thực hành thiền định của các bạn - là những gì bạn thực hiện vào ban ngày - sẽ được đem vào trạng thái mộng. Khi ấy, thay vì các giấc mộng, các bạn sẽ có thể duy trì giác tánh trống không suốt ngày và đêm. Các bạn có nghĩ rằng mình có thể làm được điều đó? Nếu các bạn có thể, điều đó có nghĩa là các bạn sẽ nhận ra ánh sáng mẹ vào lúc chết. Nếu các bạn nghĩ rằng mình có thể làm được điều đó, thì ngay bây giờ các bạn có thể chuẩn bị cho sự giải thoát trong *bardo* bằng cách thành tựu giác tánh *rigpa* trong trạng thái mộng.

Vào lúc chết, các hiện tượng của *bardo* này mà tôi đã giảng cho các bạn cũng giống như các hiện tượng của trạng thái mộng. Tôi muốn tất cả các bạn hiểu điều này thật rõ ràng. Chúng là những kinh nghiệm rất giống nhau. Nếu các bạn có thể nhận ra và kiểm soát nó trong trạng thái mộng, thì các bạn sẽ nhận ra nó vào lúc chết. Tôi muốn biết các bạn có thể thực hiện điều này hay không? Ở đây, từ trước có ai đã từng nhận ra một giấc mơ hay không?

(Một vài người trả lời "*có*".)

Thật không?

(Tiếng cười vang lên.)

Nếu như các bạn nghĩ về các hiện tượng hay những xuất hiện vào ban ngày và các xuất hiện vào ban đêm, các xuất hiện trong trạng thái mộng và bất lực trong việc kinh nghiệm chúng thì cũng thế, khi các bạn chết và ở trong *bardo*, các bạn sẽ bất lực trong việc kinh nghiệm các hiện tượng. Các bạn có nghĩ là có một sự liên quan không?

# CHƯƠNG 8

## BARDO PHÁP TÁNH - PHẦN 2

Tối nay chúng ta sẽ tiếp tục với *Bardo* Pháp tánh. Tôi đã giảng chút ít về ánh sáng căn bản hay ánh sáng mẹ. Đứa con, hay ánh sáng con đường hợp nhất với mẹ, ánh sáng nền tảng, và trong lúc đó sáu pháp cao cả của *Dzogchen* được hoàn thành. Ta thành tựu *thân cái bình* mãi mãi trẻ trung trong trạng thái thuần tịnh nguyên thủy tinh khôi.

Nếu ánh sáng đó không được nhận ra thì trong không gian màu xanh dương sáng chói này, Đức Phật *Vairocana* (*Tỳ Lô Giá Na - Đại Nhật*) xuất hiện từ cõi Hiển lộ Sâu rộng ở trung tâm. Ngài có màu trắng và vây quanh ngài là một hội chúng các Bổn tôn nam và nữ sáng chói như một triệu mặt trời cùng chiếu rọi đồng thời lên mặt ta. Hội chúng chói lọi đến nỗi các bạn khó có thể nhìn thấy. Hãy thử tưởng tượng xem nó có thể tràn ngập rộng khắp thế nào! Từ trái tim của Đức Phật *Vairocana* trong sự hợp nhất với vị phối ngẫu của ngài, Nữ hoàng Không gian Kim cương, phát ra một tia sáng màu xanh dương, trí tuệ nguyên thủy của Pháp giới *(Pháp giới thể tánh trí)*. Tia sáng này hướng trực tiếp đến các bạn, móc vào hay nối kết với trái tim các bạn. Cùng lúc đó một tia ánh sáng trắng rất nhạt cũng đi vào trái tim các bạn. Đó là con đường đi tới cõi trời (*thiên giới*). Bằng cách chỉ tập trung vào ánh sáng xanh dương chói ngời, trí tuệ nguyên thủy của Pháp giới, các bạn sẽ nối kết với trái tim của Đức Phật *Vairocana* và đạt được giải thoát, trở thành một Báo thân Phật trong cõi Phật Trung tâm được gọi là Hiển lộ Sâu rộng. Nếu các bạn không nhận ra sự hiển lộ này, nó tan biến và kinh nghiệm kế tiếp xuất hiện.

Từ phương đông, một ánh sáng trắng sáng chói tràn ngập, Đức Phật *Vajrasattva* (*Kim Cang Tát Đỏa - Bất Động*) xuất hiện, được vây quanh bởi hội chúng của ngài gồm các Bổn tôn nam và nữ. Một lần nữa ánh sáng trắng chói ngời này như một triệu mặt trời chiếu sáng trực tiếp trên mặt các bạn. Đức Phật *Vajrasattva* ngự ở trung tâm của sự phô diễn ánh sáng chói lọi này, trong sự hợp nhất với vị phối ngẫu của ngài là Đức Phật *Locana*, Phật Nhãn. Từ trái tim Phật *Vajrasattva* phát ra một tia sáng trắng chói sáng như gương tan hòa vào trái tim các bạn (*Đại viên cảnh trí*). Đồng thời, một ánh sáng có màu xám như màu khói là con đường đi tới cõi địa ngục cũng đi vào trái tim các bạn. Bằng cách tập trung vào ánh sáng chói sáng như gương, các bạn sẽ lập tức đạt tới giải thoát như một Báo thân Phật trong cõi thuần tịnh Hỉ Lạc Hiển lộ. Nếu các bạn không thể nhận ra Đức Phật *Vajrasattva* và ánh sáng của trí tuệ như gương đang vẫy tay ra hiệu cho các bạn đi tới giải thoát trong cõi thuần tịnh phương đông, thì nhanh như một ngôi sao băng vụt qua, sự xuất hiện này biến mất.

Vào ngày thứ ba, từ phương nam, ánh sáng màu vàng tràn ngập mọi hướng trong không gian. Ở trung tâm của sự phô diễn màu vàng là Đức Phật *Ratnasambhava* (*Bảo Sinh*) trong sự hợp nhất với vị phối ngẫu *Mamaki* của ngài. Từ trái tim ngài phát ra ánh sáng vàng của trí tuệ nguyên thủy thuộc tánh bình đẳng, ánh sáng vô phân biệt (*Bình đẳng tánh trí*), nối kết trực tiếp với trái tim các bạn. Cùng với nó là một ánh sáng xanh dương nhạt, là con đường đi tới cõi người, cũng nối kết với trái tim các bạn. Nếu các bạn có đức tin mạnh mẽ nơi Đức Phật *Ratnasambhava* và tập trung vào ánh sáng vàng chói lọi, các bạn sẽ đi vào trái tim ngài và đạt được giải thoát như một Báo thân Phật trong cõi thuần tịnh Ân phước Vinh quang.

Vào ngày thứ tư, Đức Phật *Amitabha* (*A-di-đà - Vô Lượng Thọ*) xuất hiện từ phương tây. Có một sự phô diễn rộng lớn của ánh sáng đỏ tràn ngập không gian từ mọi phía. Ở trung tâm của ánh sáng này là Đức Phật *A-di-đà* trong sự hợp nhất với vị phối ngẫu *Pandaravasini* - Bậc Mặc Áo Trắng - của ngài cùng xuất hiện với hội chúng các Bổn tôn của Liên Hoa bộ và vây quanh bởi sáu hội chúng nữa chói sáng rực rỡ giống như một triệu mặt trời. Từ trái tim Đức Phật *A-di-đà*, một dòng ánh sáng đỏ trí tuệ nguyên thủy của giác tánh phân biệt *(Diệu quán sát trí)*, nối kết với trái tim các bạn và đi cùng với nó là một ánh sáng vàng rất mờ, là con đường đi tới cõi ngạ quỷ, cũng nối kết với trái tim các bạn. Vào lúc này, đừng chú tâm tới màu vàng mờ đục của cõi ngạ quỷ. Hay chỉ tập trung vào sự hiển lộ ánh sáng đỏ chói lọi của tâm Đức Phật *A-di-đà*, trí tuệ của giác tánh phân biệt, đi vào trái tim Đức *A-di-đà* và đạt sự giải thoát như một Pháp thân Phật trong cõi Cực Lạc. Nếu các bạn không nhận ra Đức Phật *A-di-đà* thì nhanh như một vì sao băng vụt qua, sự hiển lộ biến mất.

Vào ngày thứ năm, Đức Phật *Amoghasiddhi (Bất Không Thành Tựu)* có màu xanh lá cây, xuất hiện và được hội chúng của ngài gồm các Bổn tôn nam và nữ thuộc *Nghiệp bộ* vây quanh. Sự phô diễn chói lọi của ánh sáng sẽ tràn ngập không gian như một triệu mặt trời sáng chói. Từ trái tim Đức Phật *Amoghasiddhi*, hợp nhất với vị phối ngẫu *Samaya-Tara* của ngài, phát ra một dòng ánh sáng xanh lá cây chói lọi, ánh sáng của trí tuệ nguyên thủy của hành động thành tựu viên mãn *(Thành sở tác trí)*. Ánh sáng đó nối kết với trái tim các bạn và đi cùng với nó sẽ là một ánh sáng đỏ dịu, là con đường đi tới cõi *a-tu-la* cũng nối kết với trái tim các bạn. Bằng cách tập trung vào ánh sáng xanh lá cây chói sáng này, các bạn sẽ hợp nhất với Đức Phật *Amoghasiddhi* và đạt được giải thoát như một Báo thân Phật trong cõi thuần tịnh của Hoạt Động Thành Tựu Viên Mãn *(Thành sở tác)*.

Đây là các cõi thuần tịnh của năm vị Phật Thiền và hội chúng của các ngài. Các cõi này chỉ được nhận ra bởi các hành giả Mật thừa. Ngay cả những người đã từng thực hành con đường Bồ Tát và đã giữ giới luật tu sĩ cũng sẽ thấy là khó có thể đạt tới giải thoát vào lúc này. Chỉ những người đã thực hành *mahayoga* của giai đoạn phát triển, *anuyoga* của giai đoạn thành tựu và *atiyoga bất nhị* là sẽ không gặp khó khăn vào lúc này. Duy chỉ một hành giả Mật thừa đã thể hiện tri giác thanh tịnh về sự hiện hữu hiện tượng mới nhận ra các xuất hiện này và đạt được giải thoát.

Khi nói đến các thời kỳ này như *chánh định* hay sự *nhập định*, kinh nghiệm về thời gian kéo dài gấp đôi so với thời gian ở cõi người. Nếu các bạn nhập định một giờ đồng hồ trong đời các bạn thì sự nhập định trong *bardo* sẽ tương đương khoảng hai giờ. Nếu các bạn đã an trú một giờ trong giác tánh nội tại trống không mà không phóng tâm trong đời bạn, thì nó sẽ kéo dài hai giờ trong *bardo*.

Tóm lại, vào ngày đầu tiên sẽ có sự xuất hiện của Đức Phật *Vairocana (Đại Nhật)*. Ngày thứ hai, Đức Phật *Vajrasattva (Bất Động)* xuất hiện. Ngày thứ ba, Đức Phật *Ratnasambhava (Bảo Sinh)* xuất hiện. Vào ngày thứ tư, Đức Phật *Amitabha (A-di-đà - Vô Lượng Thọ)* xuất hiện. Và vào ngày thứ năm, Đức Phật *Amoghasiddhi (Bất Không Thành Tựu)* xuất hiện.

Vào ngày thứ sáu, tất cả năm Đức Phật Như lai và sáu Đức Phật của sáu cõi hiện hữu đồng thời xuất hiện. Nếu ta nhận ra Đức Phật này ta sẽ được giải thoát trong năm cõi Phật, một cách tương ứng.

Vào ngày thứ bảy, có sự xuất hiện của các vị *Vidyadhara* (Trì minh vương). Nếu ta nhận ra các *Vidyadhara*, ta sẽ đạt được giải thoát trong cõi Phật trung tâm Hiển lộ Sâu rộng. Điều này kết thúc sự xuất hiện bốn mươi hai Bổn tôn từ hòa của Báo thân hiện ra trong tim và xuất hiện trước các bạn. Các ngài là sắc tướng thuần tịnh những phóng chiếu của chính các bạn, vì thế hãy nhận ra các ngài đúng như thế. Tất cả những thị kiến này xuất hiện từ trung tâm tim của các bạn.

Sau sự xuất hiện của các Bổn tôn từ hòa, năm mươi tám Bổn tôn phẫn nộ sẽ xuất hiện. Các ngài là những biến hóa của các Bổn tôn từ hòa. Các ngài xuất hiện (trong hình tướng các vị Phật) tuần tự như sau: Đức Phật *Heruka*[1] (*Hoạt Bỉ*), *Vajra Heruka* (*Hoạt Bỉ Kim Cang*), *Ratna Heruka* (*Hoạt Bỉ Bảo Sinh*), *Padma Heruka* (*Hoạt Bỉ Liên Hoa*) và *Karma Heruka* (*Hoạt Bỉ Nghiệp Thức*).

Vào ngày thứ tám, Đức Phật *Heruka* (*Hoạt Bỉ*) sẽ hiện ra từ trong óc các bạn. Ngài có màu đỏ pha đen với ba đầu, sáu tay và bốn chân, ngài hét lên những tiếng HA, HUNG và các âm thanh phẫn nộ khác. Ngài đeo tám vật trang sức của mộ địa, đứng trong một đống lửa trí tuệ nguyên thủy chói lọi sáng như một triệu mặt trời. Ngài có năng lực di chuyển trái đất. Âm thanh của các tiếng rít nhức óc và các tiếng thét khiếp đảm vang dội từ mọi phía. Đây là một hiển lộ kinh hoàng, khủng khiếp, và trừ phi đã từng là một hành giả của các thực hành Bổn tôn phẫn nộ, các bạn sẽ quay mặt đi với sự xuất hiện đó nhanh chóng hết mức. Nhưng nếu các bạn đã thực hành *Vajrakilaya* hay *Yamantaka* hoặc bất kỳ các Bổn tôn nào khác thì các bạn sẽ nhận ra sự xuất hiện này như con đường của sự thực hành và hợp nhất với sự hiển lộ phẫn nộ đó, phù hợp với các đặc tính rõ ràng của ngài. Những người từng thực hành Bổn tôn như *Charasamvara*, *Guyasamaja*, *Kalachakra*, *Hevajra*, *Vajrasattva* v.v... - chỉ cần tập trung mạnh mẽ nơi Bổn tôn của mình khi ngài xuất hiện vào lúc đó, sẽ đi thẳng đến cõi thuần tịnh thuộc Báo thân và đạt được giải thoát.

---

[1] Heruka: (Tạng ngữ: khrag 'thung) "người uống máu", danh hiệu của các Bổn Tôn phẫn nộ, các đấng giác ngộ trong Kim Cương thừa. Các vị Heruka mang vẻ mặt dữ tợn để làm lợi lạc chúng sinh và là hiện thể của sự bất khả phân của Không-Lạc. Heruka có thể được dịch là Hoạt Bỉ.

Vào ngày thứ chín là sự hiển lộ uống máu của *Kim Cương bộ*, Đức *Vajra Heruka* (*Hoạt Bi Kim Cang*), sẽ hiện ra từ góc phía đông của não bộ các bạn. Ngài có màu xanh dương đậm với ba đầu, sáu tay.

Vào ngày thứ mười là sự hiển lộ uống máu của *Bảo Sinh bộ*. Đức *Ratna Heruka* (*Hoạt Bi Bảo Sinh*) sẽ xuất hiện từ góc phía nam não bộ của bạn. Thân ngài màu vàng đậm.

Vào ngày thứ mười một, Đức *Padma Heruka* (*Hoạt Bi Liên Hoa*) sẽ xuất hiện từ góc phía tây não bộ của các bạn. Ngài có màu đỏ đậm với ba đầu, sáu tay và bốn chân.

Vào ngày thứ mười hai, Đức *Karma Heruka* (*Hoạt Bi Nghiệp Thức*) sẽ hiện ra từ góc phía bắc não bộ và xuất hiện trước các bạn. Thân ngài có màu xanh lá cây đậm với ba đầu, sáu chân và bốn tay.

Những cách hiển lộ phẫn nộ này của năm vị Phật và các vị phối ngẫu của các ngài sẽ xuất hiện theo thứ tự liên tiếp; và nếu không được nhận ra, các ngài sẽ nhanh chóng tan biến như đã xuất hiện. Sau đó là tám sự xuất hiện, tám *gaury*, tám *pisaci*, *tramen*[1] và tám *dakini* đầu sư tử xuất hiện. Đây là tất cả Bổn tôn phẫn nộ xuất hiện với một đầu và hai tay. Hai mươi tám *wangchukma* cũng sẽ xuất hiện. Bốn *yogini* canh cửa sẽ xuất hiện. Vị gác cửa phía đông màu trắng, có một đầu chim cu và cầm một cái móc sắt. Vị canh cửa phương nam màu vàng, có một đầu dê và cầm một dây thòng lọng. Vị canh cửa phương bắc, màu xanh lá cây đậm, có một đầu rắn và cầm một cái chuông. Vị canh cửa phương tây, màu đỏ, có một đầu sư tử và cầm một dây xích sắt. Họ liên tiếp xuất hiện theo thứ tự như trên.

Tất cả các bạn là các hành giả *Kim Cương thừa* may mắn, cần phải nhận ra đâu là *Bardo* Pháp tánh khi nó xuất hiện

---

[1] Tramen (phra men): các thiên nữ với thân người và đầu thú. "Tramen" có nghĩa là 'người lai' hay 'sự pha trộn'.

và nhận biết đó là sự phô diễn giác tánh giác ngộ của chính bạn. Điều này cũng xuất hiện cho tất cả chúng sinh trong sáu cõi, thậm chí với một con kiến bé tí, nhưng vấn đề là họ có thể nhận ra hay không. Nếu không thì sẽ phải tiếp tục lang thang trong sinh tử luân hồi. Bốn mươi hai Bổn tôn hòa bình này an trú trong tim các bạn, được bao hàm trong *thân cái bình* ở trung tâm tim. Các ngài là một phô diễn hay bản tánh tỉnh giác nội tại của chính các bạn, an trụ ở đó như thân Phật tánh của các bạn. Thân này là một hiện thân mãi mãi trẻ trung, không biết tới những giới hạn của sinh, lão, bệnh, tử.

Khi các bạn thực hành *togal*, liên kết với các hạt ánh sáng và giác tánh nội tại, các bạn đang chuẩn bị để nhận ra các sự xuất hiện trên con đường trong đời này. Khi các sự xuất hiện này phát sinh trong *bardo*, chúng phát sinh bởi vì khi các bạn rời bỏ thân thể mình, *cái bình* mãi mãi trẻ trung trong tim các bạn mở tung ra, thân thể các bạn ngưng hoạt động và tâm thức các bạn được tự do. Các hình ảnh xuất hiện ở mọi nơi chốn trong không gian như sự phô diễn của tâm bạn không chút giới hạn. Vì thế hãy nhận ra chúng và hòa nhập với chúng.

Các Bổn tôn phẫn nộ trú nơi trung tâm trống rỗng trong não bộ của các bạn. Vào lúc các bạn chết, các ngài sẽ xuất hiện như sự phô diễn đã từng ở đó trong đời các bạn. Hãy nhận ra các ngài và hãy giải thoát. Tất cả chúng sinh vô hạn như không gian đều sở hữu các ngài, bởi tất cả đều có Phật tánh, ánh sáng chói đồng xuất hiện toàn khắp và không biết tới giới hạn nào.

Bây giờ, các con trai và con gái may mắn, các bạn đã có được sự giới thiệu này, hãy nhận ra bản tánh của các bạn và hãy đạt tới giải thoát. Hãy để các dấu hiệu xuất hiện, chúng sẽ giải thoát các bạn khỏi những mê lầm của sinh tử. Hãy thâm nhập Phật tánh là cái không biết gì về biên giới. Tôi đã ban tặng các bạn những giáo lý về *Bardo* Pháp tánh, vì thế đừng quên chúng.

Bây giờ, các bạn nói với tôi rằng các bạn có thể nhận ra được những giấc mơ của các bạn. Một số trong các bạn đã có thể thành tựu điều này. Tôi không thể, nhưng các bạn có thể, thật tốt đẹp cho các bạn. Hãy tiếp tục với sự thiền định quân bình của các bạn.

# CHƯƠNG 9

## TÓM LƯỢC VỀ SÁU BARDO

Tôi muốn tóm lược về sáu *bardo. Bardo Đời Này* là kinh nghiệm ta có từ khi sinh ra cho tới lúc chết. Đây là điều thật có đối với tất cả chúng sinh trong sáu cõi. Chúng sinh trong các cõi địa ngục, ngạ quỷ, súc sinh, người, *a-tu-la* và trời trường thọ, từ khi thọ thai cho tới lúc chết đều ở trong *Bardo Đời Này.* Các bạn có hiểu điều đó không? *Bardo* mà ngay bây giờ chúng ta đang ở trong đó là *Bardo* Đời Này, và cùng trong thời kỳ này chúng ta cũng kinh nghiệm hai *bardo* khác. Đó là *Bardo* Trạng thái Mộng và *Bardo* Thiền định.

Chỉ có chúng sinh trong cõi người và có thể có một ít các vị trời, rồng là có khả năng kinh nghiệm về *Bardo* Thiền định. Nhưng trong chúng sinh ở cõi người, rất ít ai thực sự có kinh nghiệm về *Bardo* Thiền định. Bardo Trạng thái Mộng cũng chỉ được kinh nghiệm bởi con người. Chúng sinh trong địa ngục và các ngạ quỷ không ngủ và vì vậy không có kinh nghiệm về *Bardo* Trạng thái Mộng. Một số súc sinh ngủ và một số khác thì không, vì thế kinh nghiệm về *Bardo* Trạng thái Mộng không phải là một việc thường xảy ra đối với chúng. Chúng sinh trong các cõi địa ngục, từ lúc sinh ra cho tới khi nghiệp cạn kiệt, có thể dài bằng một triệu năm của loài người, không ngủ dù chỉ một nháy mắt và không biết đến điều gì khác hơn là sự đau khổ ghê gớm. Họ không bao giờ kinh nghiệm sự thỏa mãn hay vui thích của việc dùng thực phẩm. Và thực ra, họ không kinh nghiệm được sự thoải mái bất kỳ vào lúc nào. Toàn bộ thời gian ở trong các cõi địa ngục họ chỉ kinh nghiệm một nỗi đau khổ mãnh liệt. Cũng thế, các ngạ quỷ không bao giờ ngủ và chỉ kinh nghiệm đau khổ trong cõi ấy. Họ cảm thấy đói và khát mà không bao giờ được thỏa mãn. Nếu một con người sống năm mươi năm thì có khoảng hai mươi năm trong đó được dùng để theo đuổi các sinh hoạt hằng ngày. Nếu một người sống đến một trăm năm thì năm mươi năm trong đó được dùng để ngủ. Con người gần như tiêu mất nửa thời gian của họ để ngủ. Các bạn có hiểu điều đó không?

Chính trong đại kiếp đầu tiên của thời gian, con người có thọ mạng dài lâu. Thực ra, đó là một thời gian kỳ diệu. Hoa màu hiển hiện tự nhiên, vì thế không cần phải trồng trọt hay thu hoạch mùa màng. Thực phẩm thật dồi dào. Quần áo mọc lên tự nhiên từ các lá cây. Áo lụa thêu kim tuyến có phẩm chất hảo hạng nhất hiện ra một cách tự nhiên. Trong bầu trời không có mặt trời hay mặt trăng. Vào lúc đó, thân thể con người chói lọi ánh sáng. Một thân người hoàn toàn soi sáng được một căn phòng tối. Một trăm người có thể chiếu sáng toàn bộ một quốc gia. Mặt đất tràn đầy vàng và ngọc quý, các viên ngọc như ý và nhiều vật kỳ diệu. Kiếp đầu tiên này được gọi là kiếp *Dzogden*. Không có kẻ thù, kẻ cướp, kẻ sát nhân hay kẻ trộm. Mọi sự đều toàn hảo.

Cứ như thế qua rất nhiều năm, rồi dần dần mặt trời và mặt trăng xuất hiện trên bầu trời và có các mùa. Hoa màu phải trồng trọt nên đôi khi dồi dào và đôi khi khan hiếm. Sự đau yếu, bệnh tật, kẻ thù và các hoàn cảnh bất lợi xuất hiện. Thọ mạng con người suy giảm và giờ đây vào thời gian hiện tại, được gọi là thời đại suy thoái, thọ mạng con người chỉ vào khoảng năm mươi năm. Nếu các bạn xét trong một trăm người, có thể ba mươi người trong số đó sống được bảy mươi tuổi hay già hơn và số còn lại thì chỉ tới năm mươi hoặc ít hơn. Đây là một thời đại suy thoái và cái chết xảy đến nhanh chóng.

Như chúng ta đã thảo luận trước đây, có hai nguyên nhân của cái chết, *sự cạn kiệt của nghiệp* và *sự tấn công bất ngờ của các chướng ngại*. Bất kỳ trường hợp nào xảy ra - một sự cố bất ngờ trong đó các bạn bị áp đảo bởi bệnh tật, một biến động của các yếu tố (*các đại*), hay chiến tranh - các bạn đều đang đến gần cái chết và cần chuẩn bị sẵn sàng. Đây là điều tôi đã cố gắng trình bày với các bạn, và tôi muốn tất cả các bạn nhận ra rằng cái chết đang nhanh chóng đến gần. Khi ấy, các bạn cần nhớ lại Pháp tánh, trước khi chết, và tự chuẩn bị. Nếu không thì mọi sự chúng ta đã làm trong mấy ngày qua sẽ thực sự rất vô nghĩa.

Điều trọng yếu là tỉnh thức về các giai đoạn tan rã, được gọi là sự xuất hiện, tăng trưởng và đạt đến. Đây là tia sáng trắng, tia sáng đỏ và kinh nghiệm cận tử ở đó tâm thức thoáng ngất đi. Sau đó là sự ló rạng của ánh sáng, một trạng thái được mô tả là ánh sáng căn bản của sự hoàn toàn đạt đến. Nếu các bạn có thể nhận ra kinh nghiệm tịnh quang mẹ thì các bạn sẽ gặp gỡ Pháp thân và đạt được giải thoát khỏi sinh tử.

Nếu các bạn tiếp tục đi vào *Bardo* Pháp tánh, các bạn sẽ kinh nghiệm sự phô diễn toàn khắp của các Bổn tôn từ hòa và phẫn nộ xuất hiện. Điều quan trọng là nhận biết rằng mọi sự đều là biểu lộ của bản tánh các bạn. Nếu các bạn có các *thangka* và các bức tượng, hoặc cơ hội để ở gần chúng, thì điều này sẽ có ích lợi vì các bạn có thể tự quen thuộc với hình ảnh của các Bổn tôn từ hòa và phẫn nộ. Các bạn nên tôn kính các hình ảnh này. Nếu các bạn có thể nhận ra năm vị Phật và hội chúng của các ngài trong *Bardo* Pháp tánh, điều này sẽ đem lại lợi lạc lớn lao cho các bạn, bởi các bạn sẽ có cơ hội đạt được giải thoát. Các Bổn tôn này là những người dẫn đường của các bạn đi đến giải thoát và các bạn nên nghĩ tưởng như các ngài đến để hộ tống các bạn đi đến trạng thái giải thoát. Hãy có đức tin và lòng sùng mộ nơi các ngài.

Khi tôi đi vào giảng giải về *Bardo* Trở thành, sự kết thúc của việc trao truyền Bardo, tôi muốn các bạn lắng nghe cẩn thận. Khi *Bardo* Đời Này, *Bardo* Trạng thái Mộng, *Bardo* Thiền định và *Bardo* Vào Lúc Chết đã qua đi, ta đi vào *Bardo* Pháp tánh và sau đó vào *Bardo* Trở thành.

*Bardo* Trở thành xảy đến ngay trước trạng thái tái sinh kế tiếp của ta và là một *bardo* ở đó ta thực sự lang thang trong trạng thái vô minh suốt thời kỳ trung gian. Các câu kệ gốc viết: "*Giờ đây khi Bardo Trở thành trở nên rõ ràng với tôi, tôi sẽ tập trung tâm thức một cách nhất tâm và nỗ lực để kéo dài các kết quả của nghiệp tốt, đóng lại lối vào tử cung và nghĩ tưởng về cách kháng cự. Đây là lúc mà sự nhẫn nại và tư tưởng thanh tịnh được cần đến, hãy từ bỏ sự ganh tị và hãy thiền định về Đạo sư cùng các vị phối ngẫu của ngài.*"

*Bardo* Trở thành xuất hiện khoảng bảy ngày sau khi chết. Chắc chắn là nó sẽ xảy ra ít nhất ba ngày sau cái chết, và lý do có những độ dài biến đổi của thời gian là bởi các hành giả kinh nghiệm *Bardo* Pháp tánh chậm hơn nữa khi họ gặp gỡ sự phô diễn của các Bổn tôn từ hòa và phẫn nộ xuất hiện. Trong hầu hết các trường hợp, *Bardo* Trở thành sẽ xảy ra khoảng bảy ngày sau cái chết.

Đối với một người bình thường không từng thực hành trong đời này, *Bardo* Pháp tánh được kinh nghiệm như sự xuất hiện của hàng trăm và hàng ngàn mặt trời chiếu sáng đồng thời từ mọi hướng, với các tia sáng có màu sắc khác nhau, cực kỳ chói lọi. Các màu sắc cầu vồng xuất hiện và từ trong sự phô diễn chói lọi của ánh sáng này, hội chúng rộng lớn không thể nghĩ bàn gồm các Bổn tôn từ hòa và phẫn nộ xuất hiện. Các hiện tượng này có thể tiếp tục vài ngày và sẽ bất thần chấm dứt giống như mặt trời lặn, và sau đó ta sẽ kinh nghiệm bóng tối. Sẽ là một bóng tối bất ngờ, và tâm thức *bardo* có thể kinh nghiệm nó như sự sụp đổ của một trái núi hay tòa nhà lớn.

Rồi tâm thức *bardo* sẽ kinh nghiệm chính mình như một *thân tâm thức*. Nó sẽ nhìn thấy một căn nhà với nhiều lối vào khác nhau. Nếu nó có khuynh hướng đi về các lối vào tầng hầm, những con đường đó sẽ dẫn đến các cõi địa ngục và ngạ quỷ. Nếu nó đi theo các lối vào bên phải, chúng sẽ dẫn tới các cõi *a-tu-la* và cõi trời trường thọ. Nếu nó bị hấp dẫn đi vào các lối bên trái, chúng sẽ dẫn tới cõi người.

Vì mọi người đều phải chết, tôi sẽ dạy cho các bạn thật rõ ràng và chính xác điều các bạn phải làm vào lúc chết. Hãy nghe kỹ điều này! Sau khi cái chết xảy ra, tâm thức vẫn ở trong thân xác (tử thi) ít nhất hai hay ba ngày. Sau thời gian hai hay ba ngày đó, tâm thức tự kinh nghiệm mình ra khỏi cái xác như một đứa bé trần truồng tám tuổi. Nó nhìn cái xác của mình và tình huống nó vừa lìa bỏ. Ngay cả trước đây ta bị mù, câm hay điếc trong đời, vào lúc này tất cả các khả năng sẽ được kinh nghiệm là hoàn hảo. Ta có thể nhìn thấy các thành viên trong gia đình và bằng hữu của mình, nhưng họ không thể nhìn thấy người đã chết. Họ không thể nhìn thấy tâm thức *bardo* này. Vào lúc này, trong *bardo* xuất hiện bên phải của thân tâm thức là một người đàn ông màu trắng với một cái túi đựng đá và sỏi trắng ở trên lưng. Các viên sỏi này biểu thị đức hạnh mà ta đã tích tập từ xa xưa cho tới lúc này. Bên trái sẽ là một ma quỷ đồng xuất hiện, màu đen, với một túi sỏi đen trên lưng biểu thị các ác hạnh mà ta từng tích tập. Hai người này, trắng và đen, mang trọng lượng của các hành vi thuộc về nghiệp của ta đối với tất cả vô số chúng sinh trong cả sáu cõi. Hai người này cầm một cái bảng đá ghi các tích tập đức hạnh và ác hạnh của ta. Họ xuất hiện với mọi chúng sinh vào giai đoạn này trong tiến trình chết và sẽ thực sự đi cùng thân tâm thức trong *bardo* như các người hộ vệ hay bảo hộ.

Nếu ta sắp tái sinh trong địa ngục thì *Shinje*, Tử Thần, sẽ đến và hộ vệ ta đi tới cõi đó. Hai cai ngục đến từ cõi địa ngục, một với cái đầu khỉ, không đuôi và một với đầu trâu nước, họ nắm cổ ta và dẫn ta đi xuống bảy tầng dưới mặt đất, ở dưới các tầng nước đến đô thị to lớn của cõi địa ngục. Thần Chết xuất hiện, tay cầm một tấm gương phản chiếu mọi nơi tái sinh trong tương lai của ta. Điều này sẽ biểu thị rõ ràng dù ta sắp tái sinh là một vị trời, người hoặc bất kỳ loài nào.

Như thế, sau một thời gian, chúng sinh với một thân tâm thức trong *bardo* sẽ trở về thăm gia đình họ, nơi họ đã sống, để xem có phải họ đã thực sự chết hay không. Khi chúng sinh *bardo* đó khám phá ra rằng quả thực mình đã chết, họ sẽ yêu cầu các thành viên trong gia đình họ vui lòng thực hành Pháp nhân danh họ. Nhưng không ai có thể nghe được họ và họ sẽ kinh nghiệm nỗi đau khổ ghê gớm. Không ai muốn có các kinh nghiệm này. Ngay cả các *Lama* và hành giả Pháp cũng không mong đợi điều này. Nhưng tôi có thể chỉ cho các bạn rằng chắc chắn điều này đang đến. Nếu nó không đúng thì các giáo lý mà tôi đã từng chia sẻ với tất cả mọi người trong suốt đời tôi chỉ là nói dối.

Sau đó thân tâm thức trong *bardo* bắt đầu tìm kiếm một thân thể. Nó trở nên bị ám ảnh với nhu cầu cần có một thân thể: một thân người, thân súc sinh, thân trời. Nó đang tìm kiếm một thân xác vì không thể chịu đựng nổi việc tiếp tục trong tâm thức *bardo* này, cũng giống như trong trạng thái mộng. Nó muốn thoát khỏi nỗi khổ ghê gớm đó. Kinh nghiệm tương tự như lúc các bạn kêu khóc không thể ngưng được và cảm thấy thống khổ dữ dội. Tâm thức liên tục cảm nhận theo lối này khi nó điên cuồng tìm kiếm cho ra nơi tái sinh của nó, mà có thể là bất kỳ nơi nào trong sáu cõi, tùy thuộc vào các tích tập nghiệp.

Sau bốn mươi chín ngày, vào lúc nào đó, tâm thức *bardo* sẽ đi vào một trong sáu cõi. Nếu ta đã từng thực hành Pháp trong đời mình, nhận lãnh các giáo lý về những lợi lạc của đức hạnh và các lỗi lầm của ác hạnh, nhưng không thực sự tin tưởng các giáo lý đó và không thực hành chúng (hoặc chống đối chúng), thì nhất định ta sẽ tái sinh vào một trong tám cõi địa ngục và đau khổ khủng khiếp.

Nếu các bạn thực hành Pháp và đặc biệt là Pháp Đại Viên Mãn, thì các bạn không phải kinh nghiệm *Bardo* Trở thành. Thay vào đó, các bạn sẽ kinh nghiệm ánh sáng căn bản, và trong trạng thái đó ba cõi thấp không hiện hữu. Không có Pháp nào tốt đẹp hơn *Dzogchen*. Các bạn muốn hay không muốn thiền định về nó? Nếu các bạn muốn thiền định về nó, thì các bạn phải thực hành con đường *trekchod* và *tưgal*. Căn bản của sự cắt đứt để đi đến sự thuần tịnh nguyên thủy, *trekchod*, và con đường vượt qua với sự hiện diện tự nhiên, *tưgal*.

Bằng pháp cắt đứt để đi tới sự thuần tịnh nguyên thủy, các bạn chứng ngộ bản tánh của *tánh Không*. Các bạn chứng ngộ rằng tất cả những sứ giả của cái chết là sự phô diễn của tri giác mê lầm. Vào lúc đó, bởi năng lực của cái thấy và sự chứng ngộ *Dzogchen* của các bạn, ngay lập tức mọi sự xuất hiện như mặt trời chói lọi ánh sáng, và không có *bardo*. Các bạn chỉ đơn giản chứng ngộ rằng nó là sự phô diễn của bản tánh bẩm sinh của tâm. Nhờ sức mạnh của thực hành *tưgal* của các bạn, thể hiện các phần tử *bindu* và sự tỉnh giác nội tại, hiểu được trí tuệ nguyên thủy tự biểu lộ như các *kaya* (*thân*) ra sao, hay các hiện thân của giác tánh giác ngộ, các bạn có thể nhận thức các Bổn tôn từ hòa và phẫn nộ như sự phô diễn của giác tánh nội tại tự sinh. Ngay lập tức, các bạn tan hòa trong sự hợp nhất không hai với sự phô diễn và tức khắc đi vào một cõi thanh tịnh.

Đừng hỏi tôi rằng: *"Bây giờ tôi cần thực hành Pháp nào? Tôi nên làm gì? Tôi thực hành sáu bardo như thế nào? Xin chỉ cho tôi phải làm gì. Bước kế tiếp của tôi trong sự thực hành là gì?'* Tôi không muốn nghe những điều đó, bởi tôi đã nói với các bạn nhiều lần là Pháp duy nhất mà các bạn cần thực hành là *Dzogchen*. Nếu các bạn thực hành *Dzogchen* và thành tựu, các bạn sẽ không đau khổ trong *bardo*. Các bạn sẽ chứng ngộ rằng mọi tri giác trong *bardo* là các tri giác mê lầm và các bạn sẽ được giải thoát trong bản tánh bẩm sinh của chính các bạn. Không một ai, kể cả các *Lama*, muốn đi tới những kinh nghiệm khiếp hãi, kinh khủng, nhưng nếu các bạn không thực hành và thành tựu *Dzogchen* thì điều đó chắc chắn sẽ xảy ra. Như ngài *Patrul Rinpoche* nói: *"Ba cõi thấp của sự hiện hữu là những nơi chốn của nỗi khổ to lớn và nếu người nào đã tích tập đầy đủ nghiệp xấu để nhận một tái sinh như thế thì người ấy chắc chắn sẽ đi tới đó. Dewachen, cõi Cực Lạc, là một nơi chốn của hạnh phúc vĩ đại và nếu ai đã tích tập đầy đủ đức hạnh để kinh nghiệm kết quả đó thì người ấy chắc chắn sẽ kinh nghiệm nó."*

Vì tất cả chúng ta đều phải chết, mỗi một và mọi người trong chúng ta sẽ có kinh nghiệm này và nó cực kỳ khó khăn. Nó khó khăn đến khó tin. Người quá cố trong *bardo* sẽ than khóc từ sâu thẳm hiện thể của họ về việc họ hối tiếc ra sao, đặc biệt là khi nhận ra là họ đang đi vào các cõi thấp. Và khi họ kêu khóc với những người mà họ nghĩ là có thể cứu giúp họ, các người trong gia đình và những người thân yêu, thì không ai nghe được họ, và sẽ không ai đáp lại những kêu gọi đau đớn của họ. Đó là điều vô ích!

Có một câu chuyện ở Ấn Độ về hai người hàng xóm. Một người đàn ông giàu có cả đời làm nghề thợ rèn. Ông ta có bảy người con trai. Hàng xóm của ông là một bà già chất phác chỉ có một người con gái. Cả hai qua đời cùng lúc, và khi họ đang lang thang trong trạng thái *bardo*, người thợ rèn bảo bà già: "Các con trai tôi có đủ của cải để tiến hành các thiện hạnh bằng cách cúng dường cho các đối tượng quy y và bố thí cho người nghèo khổ như các sự hồi hướng. Tôi tin rằng nhờ các thiện hạnh của chúng, tôi sẽ tái sinh trong cõi người. Tôi hy vọng nhờ sự hồi hướng công đức đó bà cũng sẽ được lợi lạc." Bà già nói: "Tôi chỉ có một đứa con và nó là một hành khất, chẳng có gì để cúng dường. Tôi không hy vọng kết quả nào vì nó không có gì cúng dường." Sau đó, người thợ rèn nói với bà lão: "Tại sao chúng ta không đi đến cõi người và xem các con tôi đang làm thế nào?"

Khi hai người đi tới, họ thật ngạc nhiên khi thấy bảy người con trai, ngay vài tuần sau khi cha chết, đang cử hành các tiệc cưới thật to. Dường như họ đã hoàn toàn quên mất cha mình. Thật là bàng hoàng!

Người con gái duy nhất của bà lão không có của cải gì để cúng dường, nhưng cô có một trái tim trong sạch và bị tràn ngập cảm xúc bởi cái chết của mẹ cô. Vì thế, cô gom góp vài miếng đá phiến, trên đó cô đặt những nhúm gạo. Cô thâu thập những viên đá, rửa sạch và dùng chúng như các vật cúng dường tượng trưng cho các chén nước. Và sau đó cô tìm các viên đá tương tự, rửa sạch và cúng dường chúng như các ngọn đèn bơ với loại dầu có phẩm chất rất xấu. Cô khóc thổn thức và khi kêu khóc, cô tụng đọc nhiều thần chú. Cô kêu gào: "Mẹ khốn khổ của con, mẹ hẳn là đang đau khổ khủng khiếp và con chẳng có gì để làm vật cúng dường thay cho mẹ."

Mặc dù vật chất mà cô cúng dường là nhỏ nhoi và kém tệ phẩm chất, nhưng chúng được cúng dường với một trái tim hết sức trong sạch và lòng sùng mộ nhất tâm đối với mẹ cô. Điều này có lợi lạc to lớn, và kết quả là bà mẹ tái sinh làm người. Bảy người con trai kia khi chết bị rơi vào cõi địa ngục.

Câu chuyện này được tìm thấy trong Tam Tạng, phần kinh điển được truyền lại của Đức Phật *Thích-ca Mâu-ni*. Vấn đề nằm ở chỗ chúng ta nên nỗ lực thực hành với động lực trong sạch.

Cái chết chắc chắn sẽ tới và sau đó tâm thức lang thang vơ vẩn. Nó lang thang phù hợp với nghiệp của người chết. Bây giờ là lúc để thực hành. Tôi đã dạy Pháp cho các bạn giống như dạy cho các con trai và con gái của riêng tôi. Nếu các bạn không thực hành, điều đó sẽ không ảnh hưởng đến tôi, và nếu các bạn thực hành và trở thành một hành giả xuất sắc, điều đó cũng không ảnh hưởng tốt hay xấu cho tôi. Toàn bộ trách nhiệm là của các bạn.

Tôi sẽ kể cho các bạn một câu chuyện đã xảy ra sau khi loạn lạc xảy ra nơi miền tôi sống. Cả vùng gần như thiếu ăn và một người dân làng đã chết. Vì hoàn cảnh lúc đó cực kỳ khó khăn, nên dân chúng đã vất cái xác xuống một trong những con sông chính. Cái xác biến mất và sau đó trở lại đúng nơi trước đây nó bị ném xuống. Việc này xảy ra ba lần. Rồi nó trở thành một cái xác sống lại, một cái xác sống rất mạnh mẽ. Trước khi chết, người quá cố có chiều cao trung bình, nhưng khi thành cái xác sống thì những người có chiều cao như cái xác đó chỉ đứng không tới cổ nó. Rồi dân làng đào một cái hố, nhưng vì họ không có gì để thiêu đốt nó và mặc dù chỉ ngửi thấy cái xác hơi có mùi, họ ném cái xác xuống hố và lấp lại bằng đá và bùn. Sau sáu ngày, cái xác sống lại xuất hiện và dân chúng trong vùng cho rằng không còn giải pháp nào khác, đã nỗ lực chặt cái xác thành nhiều mảnh bằng rìu và kiếm. Khi họ chặt cái xác, các mảnh nối liền, tập hợp lại và cái xác vẫn nguyên vẹn!

Dân làng đến gặp tôi và nói: "Đây là loại năng lực thậm chí còn siêu việt hơn cả loại mà một hành giả *Chod* hảo hạng phải đối phó, và vì vậy có lẽ bây giờ tới lượt ngài. Ngài là một *terton* và là một đại *Lama* đã chứng ngộ, vì thế xin giải thoát chúng con khỏi tình huống ghê sợ khủng khiếp này."

Rồi, cùng với chín hay mười hành giả đi với tôi, chúng tôi bắt đầu thực hành và, như một tục lệ ở Tây Tạng, các mảnh của cái xác được phân phối cho những con chim kên kên. Việc này đã thất bại! Rồi đêm đó, khi chúng tôi đang ngủ, cái xác xuất hiện, vồ lấy tôi và tấn công tôi. Và bằng giọng nói của người này, hắn chỉ gầm lên: *"Mọi nỗ lực của ông đều vô ích."*

Giờ đây, tôi phải nói rằng tôi đã từng có các kinh nghiệm khắc nghiệt nhất trong các ngục tù, nhưng chưa bao giờ tôi có một kinh nghiệm ghê sợ như lúc đó. Đây là một loại tình huống có thể xảy ra nếu tâm thức các bạn hoàn toàn lang thang trong *bardo*. Mọi chuyện sẽ xảy ra, và riêng tôi đã từng kinh nghiệm một số chuyện trong đó.

Tôi đã phải đối phó với nhiều tình huống nghiêm trọng liên quan tới cái chết. Có lần một bà già qua đời, và gia đình bà bọc tử thi trong một chiếc mền len, cột chặt lại bằng dây thừng, và thắp hàng trăm ngọn đèn bơ trong nhà cho sáng. Khoảng nửa đêm, tôi thức dậy và nhìn lên bệ thờ là nơi có nhiều ngọn đèn bơ được thắp. Tôi thấy một cái bóng di chuyển và nhìn quanh xem có thể có ai đang trông coi điện thờ hay châm thêm vào các đèn bơ hay không. Tôi quan sát chỗ tử thi nằm, bàn tay phải nó giơ thẳng lên từ dưới cái mền! Tôi đánh thức thị giả của tôi dậy. Ông ta là một *Lama* và là hành giả xuất sắc, hơi già hơn tôi. Tôi kể cho ông nghe điều gì đã xảy ra và nói bây giờ không phải là lúc để ngủ. Chúng tôi đã thực hành suốt đêm và đến sáng thì hoàn tất một vài nghi lễ, rồi cái xác được đưa tới lò thiêu.

Về cơ bản, tôi đã từng chứng kiến nhiều cách khác nhau mà những xác chết phản ứng lại khi nó mang hình thức của một cái xác sống. Sự việc thực sự đã xảy ra, vì thế xin đừng cho rằng khi các bạn chết sẽ là một thời điểm an bình. Có thể không nhất thiết là như vậy. Xin chú tâm đến điều tôi đã giảng trong vài ngày qua.

Các giáo lý về những khám phá sâu xa của Đại thành tựu giả *Karma Lingpa* hầu như đã hoàn tất. Tôi đã ban cho các bạn một cái nhìn khái quát về sáu trạng thái trung gian *(bardo)* và tôi muốn các bạn thực hành điều các bạn đã được dạy. Xin hãy tiếp tục với thực hành *trekchod* và *tưgal* của các bạn. Nếu các bạn thực hành thì sẽ không có sự sợ hãi với cái chết. Và xin hãy nhớ rằng không có vị Bổn tôn nào tốt hơn các vị khác về những gì sẽ thực sự giúp các bạn trong *bardo*. Nếu các bạn từng là một hành giả *Troma*,[1] thì *Troma* sẽ dẫn dắt các bạn đi qua *bardo*. Nếu các bạn đã thực hành *Avalokiteshvara*, thì ngài sẽ dẫn dắt các bạn đến cõi thanh tịnh. Các bạn đã chọn loại thực hành nào không quan trọng, mà điều quan trọng hơn chính là lòng tin của các bạn đặt vào đó. Đây là tất cả những đấng giác ngộ và các ngài sẽ đến để đón chào, giúp đỡ các bạn vào lúc đó.

Chúng ta đã phát triển mối quan hệ giữa vị Thầy và đệ tử, và tôi đã ban tặng các bạn nhiều giáo huấn. Vì thế, xin đừng quên các giáo lý và đừng quên tôi. Tôi sẽ không bao giờ quên các bạn. Chúng ta vẫn sẽ là những bằng hữu tâm linh *(thiện tri thức)* trong phần còn lại của cuộc đời chúng ta cũng như trong đời sau. Chúng ta có thể gặp nhau trong các cõi Phật. Tôi là một vị Thầy thanh tịnh, và nếu các bạn có đức tin và luôn nhớ cầu nguyện với tôi, thì tôi có thể đến với các bạn như một tia chớp và giúp các bạn thoát khỏi tình huống của các bạn trong *bardo*. Đây là năng lực mà chư Phật hay các Đạo sư tuyệt hảo có thể dùng để giúp đỡ đệ tử của các ngài.

---

[1] Troma Nagmo (khros ma nag mo). Một hình tướng phẫn nộ có sắc đen của vị Phật nữ Vajra Yogini. Troma Nagmo có nghĩa là 'Bà Đen Phẫn nộ'.

# BA LỜI ĐÁNH VÀO ĐIỂM TRỌNG YẾU

Giáo huấn đặc biệt
của Khepa Shri Gyalpo
Ba Lời đánh vào Điểm Trọng yếu
của Patrul Rinpoche

## KÍNH LỄ ĐẠO SƯ

*Cái thấy (kiến) là Longchen Rabjam (Sự Bao La Vô hạn Vĩ đại).*

*Sự thiền định (thiền) là Khyentse Ozer (Những Tia sáng của Trí tuệ và Tình Thương).*

*Hành động (hành) là Gyalwe Nyugu (Trưởng tử của các Đấng Chiến Thắng).*

*Đối với người thực hành theo cách này,*

*Thì không nghi ngờ gì nữa về sự giác ngộ trong một đời.*

*Nhưng cho dù không được như thế, vẫn được hưởng hạnh phúc - A la la!*

*Cái thấy, Longchen Rabjam thì như sau:*

*Đánh trúng điểm trọng yếu bằng ba lời.*

*Trước tiên, hãy để tâm các bạn ngơi nghỉ buông lỏng.*

*Không lan man, không tập trung - vô niệm.*

*Trong khi thả lỏng và an trụ một cách quân bình trong trạng thái đó,*

*Bất thần kêu lên PHAT*

Mạnh mẽ, ngắn gọn và sắc bén - hoàn toàn trong sáng.

Không có bất cứ cái gì - hoàn toàn trong sáng,

Một sự trong sáng không bị ngăn che.

Một rỗng rang toàn triệt vượt lên ý niệm.

Hãy nhận ra điều này như giác tánh Pháp thân

Nhận ra bản tánh của các bạn, đó là điểm trọng yếu thứ nhất.

Sau việc nhận ra này, dù tâm các bạn động hay tĩnh,

Dù các bạn giận hay tham, vui hay buồn,

Trong mọi lúc và trong mọi tình huống,

Hãy biết Pháp thân đã được nhận ra,

và hãy để ánh sáng con hợp nhất với ánh sáng mẹ đã được nhận biết.

Hãy nghỉ ngơi trong trạng thái tỉnh giác không thể diễn bày.

Hãy cứ tiêu diệt sự vô niệm, hỉ lạc, và vọng tưởng.

Hãy để chữ (âm tiết) của trí tuệ và phương tiện đột ngột đánh gục chúng.

Không có sự khác biệt giữa thiền định và hậu thiền định.

Không có phân chia giữa các thời khóa và những gián đoạn.

Hãy liên tục ngơi nghỉ trong trạng thái không bị phân chia.

Tuy nhiên, chừng nào mà các bạn chưa đạt được sự kiên cố,

Thì điều cần yếu là thực hành sự từ bỏ các phóng tâm.

*Hãy chia sự thiền định của các bạn thành các thời khóa,*

*Trong mọi lúc và trong mọi tình huống.*

*Hãy hộ trì sự tương tục duy nhất của Pháp Thân.*

*Hãy xác quyết rằng không có cái gì khác hơn điều này.*

*Có sự xác quyết ở một điều; đó là điểm trọng yếu thứ hai.*

*Vào lúc này, những yêu thích và ghét bỏ của bạn, những niềm vui và những nỗi muộn phiền,*

*Và mọi tư tưởng thoáng qua của bạn không có ngoại trừ nào.*

*Hãy để mặc không dấu vết trong trạng thái nhận biết,*

*Bằng cách nhận biết Pháp thân.*

*Giống như vẽ một hình dạng trong nước,*

*Không có khe hở giữa việc nhận ra bất kỳ điều gì xuất hiện và tự giải thoát.*

*Bất kỳ điều gì xảy ra là thực phẩm tươi mới cho tánh giác trống không.*

*Bất kỳ cái gì là niệm tưởng đều là một biểu lộ của Pháp thân siêu việt.*

*Không dấu vết và giải thoát tự nhiên - A la la!*

*Cách các niệm tưởng xuất hiện cũng giống như trước,*

*Nhưng cách chúng được giải thoát là điểm then chốt đặc biệt nhất.*

*Không có điều này, sự thiền định chỉ đơn thuần là con đường lầm lạc.*

*Sở hữu nó là trạng thái không bị tạo tác của Pháp thân.*

*Có được sự xác tín vào giải thoát; đó là điểm trọng yếu thứ ba.*

*Cái thấy này được đặc ân với ba điểm trọng yếu,*

*Được trợ giúp bởi sự thiền định của trí tuệ kết hợp với lòng bi.*

*Và bởi hành động phổ biến của những Trưởng tử của các Đấng Chiến Thắng.*

*Cho dù các Đấng Chiến Thắng trong ba thời cùng nhau thảo luận,*

*Sẽ không có giáo huấn nào siêu việt hơn giáo huấn này.*

*Bậc terton Pháp thân của sự phô diễn của giác tánh,*

*Đã khám phá giáo huấn này như một kho tàng từ cõi giới của trí tuệ.*

*Nó không như những cái lấy ra từ đất và đá.*

*Nó là di chúc của Ngài Garab Dorje.*

*Nó là tâm yếu của ba dòng truyền thừa.*

*Nó được bí mật trao cho đệ tử tâm đắc.*

*Nó là ý nghĩa sâu xa và những lời nói tâm huyết.*

*Nó là những lời tâm huyết, là yếu nghĩa.*

*Đừng để yếu nghĩa phai nhạt,*

*Đừng để giáo huấn tiêu tan.*

*Đây là giáo huấn đặc biệt của Khepa Shri Gyalpo.*

# CHƯƠNG 1

## DẪN NHẬP - KÍNH LỄ

Xin hãy lắng nghe giáo lý này với động lực trong sạch, cần phải nghĩ rằng: *"Tôi sắp nghe giáo lý và thực hành để dẫn dắt tất cả chúng sinh vô hạn như không gian đến trạng thái toàn giác."*

Có tất cả chín thừa. Trong chín thừa này, có ba thừa ngoại dẫn dắt ta thoát khỏi nguồn gốc của đau khổ. Nhóm thừa thứ hai là các *tantra* ngoại, là những tiếp cận đem lại sự tỉnh giác nhờ những giới luật khổ hạnh. Và sau đó có ba thừa bí mật gồm các phương tiện thiện xảo dẫn đến kết quả cuối cùng.

Khi các bạn nói đến bất kỳ thừa nào trong chín thừa thì điều tối quan trọng là bàn về hành động và động lực. Như vậy, động lực là gì? Động lực là để giải thoát tất cả chúng sinh trong vòng sinh tử, tâm thức họ bị lôi cuốn vào ba khiếm khuyết của bình chứa, sáu sự ô nhiễm và năm cách suy tưởng sai lầm. Ta phải phát sinh động lực rằng: *"Tôi sắp giải thoát tất cả chúng sinh đến trạng thái Phật quả viên mãn nhờ sự lắng nghe và thực hành giáo lý Đại Viên Mãn. Tôi thực hiện điều này bởi tất cả chúng sinh đã từng là những cha mẹ tốt lành của tôi."*

Động lực riêng của ta phải được kết hợp với lòng bi mẫn vĩ đại nhắm tới sự giác ngộ. Các bạn cần phát triển sự thiết tha và dấn mình vào động lực này. Đây là điều nhắm tới để sẵn sàng giải thoát tất cả chúng sinh. Các bạn luôn nên bắt đầu thực hành với một thái độ bi mẫn và quan tâm tới người khác và với một ý hướng đạt sự giác ngộ vì lợi lạc của họ.

Khi đang nghe giáo lý, các bạn cần tập trung vào năm điều xác tín. Đừng nghĩ rằng bất kỳ điều gì trong những hiện tượng được nhận thức của các bạn là tầm thường. Ví dụ, nơi chốn chúng ta đang ở ngay bây giờ - *Los Angeles* - không được nhận thức như một chốn bình phàm cấu tạo bởi các chất thể như đất và đá mà đúng hơn, ta cần nhận thức nó như cõi *Akanistha*, như cõi Tịnh độ *Dewachen* của Đức Phật *A-di-đà*, hang Núi Huy Hoàng Màu Đồng Đỏ. Ta cần nhận thức vị Thầy là Đức Phật *Vajradhara*, Đức Phật *Thích-ca Mâu-ni* hay Đức *Padmasambhava*, thay vì nhìn ngài như một con người bình thường với một thân xác bất tịnh. Giáo lý cũng cần được nhận thức như sự Chuyển Pháp luân vĩ đại. Thời gian là một sự tương tục không ngừng nghỉ. Những người nghe Pháp không được nhận thức như những người bình thường với thân xác bất tịnh, mà đúng hơn là những Bồ Tát, các *daka* và *dakini*.

Điều hết sức quan trọng là phải lắng nghe giáo lý với động lực và hành động trong sạch. Động lực phải thực hiện với tâm. Tối quan trọng là phải loại trừ hay từ bỏ bất kỳ loại độc chất tinh thần nào để khơi dậy tâm *Bồ-đề* quý báu, và hình dung năm điều xác tín một cách rõ ràng.

Theo lịch sử, Giáo Pháp của Đức Phật *Thích-ca Mâu-ni* được truyền dạy theo ba cách: Đức Phật đã dạy bằng các phép mầu nhiệm, bằng luận cứ theo cách của học giả hay *pandita* vĩ đại, và nhờ sự thiền định theo cách của vị *A-la-hán*. Đức Phật dạy bằng ba phép mầu nhiệm: sự biểu lộ kỳ diệu của thân, phép mầu của ngữ, diễn tả nhiều loại vấn đề khác nhau; và phép mầu nhiệm của tâm, diễn đạt giáo lý phù hợp với nhu cầu và năng lực của những cá nhân. Nhờ năng lực của những phép mầu nhiệm, ngài có thể tỏa ra những tia sáng đủ màu từ thân ngài, bao trùm vũ trụ và làm nguôi dịu nỗi khổ ở đó. Đây là một cách thức mà ngài đã dạy, và có liên quan trực tiếp tới thân tướng của ngài.

Khi Đức Phật trình bày giáo lý lần đầu tiên, ngài phóng ra những tia sáng trắng, đỏ và xanh dương chói ngời tới ba thế giới và làm nguôi dịu nỗi khổ ở đó. Ánh sáng ấy sáng rực hơn một triệu mặt trời, tỏa chiếu khắp mọi cảnh giới và làm nguôi nỗi đau khổ ở những nơi đó. Những nỗi khổ của các địa ngục, chẳng hạn như sự lạnh và nóng, và những nỗi khổ của các ngạ quỷ, như sự đói và khát, đã được giảm bớt. Những đau khổ của cõi súc sinh, chẳng hạn như bị sai sử và hành hạ một cách tàn nhẫn, được vơi dịu. Ánh sáng đã tịnh hóa nỗi khổ cho rất nhiều chúng sinh trong các cõi khác nhau.

Đại dương sinh tử trải qua sự biến động bất thường và chư Phật xuất hiện trong vòng sinh tử, xuất hiện trong phạm vi những sự kiện thời gian và không gian. Khi chư Phật xuất hiện, có những chúng sinh đã sẵn sàng để tự do và vì thế họ có thể được giải thoát, nhưng những chúng sinh nào mà sự giải thoát chưa chín muồi thì không thể có được lợi lạc từ chu kỳ soi sáng đó. Vì thế, vị Phật đó không thể giải trừ đau khổ của họ. Kinh điển thường dạy rằng, nhờ sự thiền định mà ta có thể tẩy trừ đau khổ của tất cả chúng sinh, hoặc dạy rằng Đức Phật tẩy trừ đau khổ của tất cả chúng sinh.

Có thể các bạn sẽ hỏi: "Nếu như Đức Phật đã tẩy trừ một cách kỳ diệu mọi đau khổ thì tại sao vẫn còn chúng sinh?" Thực tế là có ba cách qua đó chúng ta có thể đạt giải thoát nhờ những sự ban phước của Đức Phật. Cách đầu tiên là nhờ được diện kiến Đức Phật và nhờ nhận lãnh giáo lý và do đó tìm ra con đường đi đến sự giác ngộ. Cách thứ hai là mặc dù Đức Phật đã tịch diệt hoặc chúng ta không thể tìm gặp ngài, giáo lý của Đức Phật được truyền dạy bởi một người nào đó hay trong Kinh điển được ghi chép lại, cung cấp cho ta những giáo huấn cần thiết, nhờ đó ta có thể đạt được giải thoát. Cách thứ ba và là cách sâu xa nhất, là bằng sự thấu suốt trực tiếp tức thời thực tại đúng như đang hiện hữu, và bằng cách tôi muốn nói là Đại Viên Mãn. Đó là trạng thái giác tánh của riêng các bạn. Nhờ sự toàn giác của ngài, Đức Phật thấu suốt những năng lực tinh thần của tất cả chúng sinh và đã giảng dạy một cách phù hợp. Ngài có thể diễn tả tất cả các ngôn ngữ trong một lời và trong một lúc.

Giờ đây, chúng ta không toàn thiện như một vị Phật và vì thế khi tôi giảng dạy tôi phải nói bằng tiếng mẹ đẻ của tôi và các bạn phải nỗ lực để hiểu rõ. Mỗi một tiếng phải được dịch lại. Đó không phải là hoạt động của một bậc Đạo sư giác ngộ vĩ đại như Đức Phật *Thích-ca*. Khi Đức Phật giảng dạy, bất luận các bạn nói bằng ngôn ngữ nào - dù là tiếng Tây Tạng, tiếng Anh hay tiếng Trung Quốc, hoặc ngôn ngữ của các loài vật hay các cảnh giới khác - các bạn đều có thể nghe Pháp bằng chính ngôn ngữ của mình. Trong tương lai, chúng ta sẽ được giác ngộ và vào lúc đó chúng ta có thể diễn đạt Giáo Pháp phù hợp với lợi ích và năng lực của chúng sinh. Bây giờ chúng ta không thể làm điều đó, bởi tâm thức chúng ta bị ngăn che bởi nghiệp và những mê lầm. Chúng ta là những người đang ở trên con đường.

Lối giảng dạy của một *pandit* hay học giả xuất phát từ các viện Đại học Phật giáo Ấn Độ *Nalanda* và *Vikraramalashila*. Giáo lý được ban ra phù hợp với năm điều xác tín và năm nguyên lý. Năm nguyên lý là: tác giả, thính giả - vì họ mà giáo lý được kết tập, loại giáo lý được viết ra, nơi giáo lý được truyền dạy, và phần tóm lược từ đầu tới cuối.

Lối giảng dạy của bậc *A-la-hán* được trình bày phù hợp với ba sự thanh tịnh (trong sạch) - lời dạy của bậc Thầy thanh tịnh, tâm người nghe thanh tịnh và chủ đề của sự giảng dạy thanh tịnh. Điều này có nghĩa là, cả vị Thầy lẫn đệ tử đều có ý hướng và động cơ tích cực, và vị Thầy giảng dạy ý nghĩa Phật Pháp một cách rõ ràng và chính xác, không chút sai lầm trong sự diễn giảng. Hôm nay, tôi sắp giảng theo lối của một đại học giả (*mahapandita*).

Bản văn gốc bắt đầu với một sự kính ngưỡng: *"Con kính lễ bậc guru, là hiện thân của lòng bi mẫn vô song."*

Chúng ta kính lễ và khẩn cầu *guru*, hay *Lama* (vị Thầy), bởi ngài là hiện thân của *Tam bảo*. Bất kỳ sự giảng dạy nào về *cái thấy* (kiến), *thiền định* (thiền) và hành động (hành) đều bắt đầu với một sự khẩn cầu Đạo sư. Từ Tây Tạng "*Lama*" được định nghĩa là: "*la*" nghĩa là "*cao cả*" và "*ma*" là không có gì. *Lama* nghĩa là "*không có gì cao cả hơn được*" (vô thượng). Có thể so sánh tương đồng như việc có những đám mây, tia chớp, máy bay và những sự xuất hiện khác trong bầu trời nhưng không có gì cao hơn mặt trời, mặt trăng hay các vì sao. Cũng vậy, không có gì cao hơn hay siêu việt hơn bậc Đạo sư trong lãnh vực *cái thấy, thiền định* và *hành động*.

Cách định nghĩa khác của "*la*" là "*cao*" giống như bầu trời và "*ma*" nghĩa là "*mẹ*". Bậc Đạo sư là người dẫn dắt, giải thoát tất cả chúng sinh bằng lòng đại bi, giống như một bà mẹ dẫn dắt các con. Không có *guru yoga* thì sẽ không có cơ hội để giác ngộ, bởi có câu rằng: Nếu bậc Đạo sư không hiện hữu thì thậm chí danh từ "*Phật*" cũng sẽ không được nghe nói tới. Tất cả chư Phật trong một ngàn kiếp xuất hiện nhờ bậc Đạo sư và Đạo sư là Phật, Pháp, và Tăng. Vì thế, chúng ta kính lễ *thân, ngữ* và *tâm* của Đạo sư.

Chư Phật trong quá khứ đã đạt giác ngộ, chư Phật trong hiện tại đang trở nên giác ngộ, và chư Phật trong tương lai sẽ đạt được giác ngộ. Tất cả các ngài đã hay sẽ đạt được quả Phật nhờ sự tiếp cận các Đạo sư tâm linh toàn hảo và nhờ thực hành các điểm trọng yếu trong *cái thấy, thiền định*, và *hành động* với các ngài.

Vì các bạn là Phật tử, nên điều thiết yếu là các bạn phải được chấp nhận bởi một Đạo sư. Các đệ tử nên tuân theo giáo huấn của Đạo sư trong bất kỳ điều gì ngài giảng dạy, giống như đứa trẻ vâng theo sự chỉ dạy thật tốt lành của cha mẹ cho tới khi chết.

Các bạn phải tiếp cận bậc Đạo sư theo ba cách. Ban đầu, các bạn phải trở nên một người có kinh nghiệm trong việc lựa chọn Đạo sư, rồi thuần thục trong sự tiếp cận Đạo sư một cách đúng đắn, và sau đó lão luyện trong việc học tập ý hướng của *cái thấy* và *hành động* của Đạo sư.

Sau đó các bạn phải tiếp cận vị Đạo sư qua ba cách làm vui lòng: qua sự cúng dường để tuân theo bất kỳ điều gì ngài chỉ dạy, qua sự cúng dường lòng tôn kính và phụng sự ngài, và qua các vật phẩm cúng dường.

Chúng ta kính lễ Đạo sư bởi nhờ sự khẩn cầu ngài mà chúng ta khẩn cầu tất cả chư Phật. Đạo sư là hiện thân của *Tam bảo*. Đạo sư là hiện thân của tất cả các phẩm tính tích cực như lòng bi mẫn, sự thấu suốt và năng lực tâm linh. Những phẩm tính của các ngài vượt trên mọi phẩm tính tầm thường và thế tục, sự thấu suốt của các ngài không phải là sự hiểu biết thông thường rất giới hạn mà ta thường hiểu. Ta có thể nói rằng một người nào đó có sự hiểu biết là bởi họ nói năng rõ ràng hay có một nền giáo dục cao. Ta có thể tin rằng một người nào đó có sự hiểu biết rộng lớn vì sự thông hiểu về toán học của họ. Người ta có thể có cảm tưởng rằng người nào đó chói sáng bởi tài năng của họ trong việc làm điện ảnh. Tuy nhiên, một bậc Thầy tâm linh thì không thể đo lường bằng các hiện tượng thông thường.

Trí thông minh bình thường của con người là vô nghĩa, mặc dù trí thông minh đó đã chế tạo ra những đồ vật như máy bay và xe hơi. Chúng rất ích dụng trong nhất thời, nhưng cuối cùng mang đến những kết quả tiêu cực. Chúng làm ô nhiễm môi trường và hủy hoại đất đai. Mọi sự thông minh của con người, dù có tinh vi hay không, cũng chỉ là kinh nghiệm về sự vận hành của một giấc mộng. Chúng ta có những khoa học vĩ đại, chẳng hạn như chiêm tinh học có thể tiên đoán tương lai và y học có thể chữa trị các bệnh tật của thể xác, nhưng khoa học (duy nhất) ban tặng cho ta hạnh phúc viên mãn là Pháp. Đây là sự hiểu biết siêu việt, giống như mặt trời tẩy trừ bóng tối, soi sáng mọi sự trong thế giới này; như con mắt có thể nhìn thấy mọi sự. Sự hiểu biết vĩ đại này khiến cho ta tri giác hay hiểu biết tất cả các hiện tượng, là giáo lý Đại Viên Mãn.

Giáo lý Đại Viên Mãn rất sâu xa. Điều quan trọng là phải tin tưởng giáo lý này và không chút hoài nghi. Cho tới khi các bạn đạt được giác ngộ, các bạn phải tin tưởng cổ xe (thừa) Đại Viên Mãn hơn là nương tựa vào các hiện tượng thông thường.

Đạo sư sẽ chỉ dạy các bạn từ bỏ sự tham luyến đối với hoạt động của cuộc đời bình thường này và sẽ đặt các bạn trên con đường sâu xa dẫn thẳng tới trạng thái giác ngộ. Trong đời này, chẳng có ý nghĩa gì nếu các bạn có tài sản và của cải lớn lao. Khi chết, các bạn không thể mang theo bất kỳ thứ gì. Các bạn phải để lại thân xác vật lý và tiếp tục đi một mình tới thế giới kế tiếp. Vào lúc đó, chỉ có các tích tập đức hạnh và ác hạnh của các bạn, chỉ có các yếu tố thuộc nghiệp này đi theo các bạn. Đó là lý do tại sao điều hết sức quan trọng đối với tất cả các bạn là gặp được một bậc Thầy tâm linh có phẩm tính trong đời này.

Nếu các bạn liên hệ với các vị Thầy tâm linh tiêu cực, họ sẽ dẫn các bạn đi lạc đường. Họ sẽ nói là các bạn có thể phạm vào các hành động xấu và các bạn không cần dấn thân vào bất kỳ hành vi đức hạnh hay đạo đức nào. Ví dụ như một vài vị Thầy giảng dạy con đường đưa người ta đến việc tự vẫn, trong khi những vị Thầy khác đưa ra điều vô nghĩa to lớn gây nguy hại cho con người như khi nói "các bạn có thể nhảy vào lửa". Những điều đó là tà kiến và không dính dáng gì tới Pháp.

Theo Giáo pháp, nếu các bạn tự tử, các bạn phải tái sinh năm trăm đời trong địa ngục thấp nhất. Bởi các bạn đã bước trên con đường Phật giáo, và đặc biệt là trên con đường Đại Viên Mãn, các bạn đã giữ một lời nguyện tránh làm hại tất cả chúng sinh, kể cả chính bản thân mình. Các bạn phải nhận thức sâu sắc cuộc đời các bạn, vì chính cuộc đời này cho phép các bạn thực hành Pháp và tích tập đức hạnh. Thậm chí nếu các bạn có thể sống thêm một ngày, điều ấy là một ân phước. Vì thế, dĩ nhiên là các bạn không thể tự làm hại mình hay những người khác. Cho dù các bạn cực kỳ đau yếu, các bạn phải dùng một vài hình thức thuốc men để duy trì thân xác.

Các bạn sợ hãi về đời sau và nỗi khổ của *samsara* (sinh tử), các bạn sợ hãi về nỗi khổ của các cõi thấp, bởi vì bất kỳ bạn tái sinh ở đâu thì sinh tử cũng là chu trình của sự đau khổ, từ sự tái sinh cao nhất cho tới cõi địa ngục thấp nhất. *Samsara* bị tràn ngập bởi ba nỗi khổ: nỗi khổ của khổ (khổ khổ), nỗi khổ toàn khắp (hành khổ), và nỗi khổ bởi sự vô thường (hoại khổ). Các bạn nên nhìn *samsara* như ổ rắn độc, xứ sở của *Yaksha* (dạ-xoa), những kẻ ăn thịt người, một hầm lửa, hay một xứ đầy gươm đao. *Samsara* sản xuất một cách tự nhiên nỗi đau khổ của sinh và tử. Khi các bạn chứng ngộ sự thực hay thực tại của Đại Viên Mãn, thì cũng giống như trở thành một con chim với đôi cánh. Một con chim không sợ rơi xuống thung lũng. Cũng vậy, bất cứ lúc nào có sự chứng ngộ thì không còn bận tâm về việc các bạn sẽ kinh nghiệm nỗi đau khổ của sinh tử. Một câu tục ngữ (Tây Tạng) nói: "Khi cưỡi con ngựa tâm *Bồ-đề*, ta trở nên hạnh phúc hơn và hơn nữa, có được một tâm thức trong sáng - điều ấy có gì là sai lầm?" Vì thế, nếu các bạn hiểu biết tâm *Bồ-đề*, làm sao bạn có thể biếng lười?

Điều này có nghĩa là, khi ta có một mục đích, chẳng hạn như việc đạt được giác ngộ, ta phải có một cỗ xe để đi tới mục đích đó. Trong trường hợp của thực hành Đại thừa thì tâm *Bồ-đề*, hay tâm giác ngộ, là cỗ xe mà ta phải đi trong công cuộc tìm kiếm giác ngộ này. Cỗ xe này trong Đại thừa là cỗ xe của sáu sự toàn thiện, hay sáu *ba-la-mật*. Khi chúng ta có sáu sự toàn thiện này - trong tiếng Tây Tạng, nghĩa đen của từ này là *"đi sang bờ bên kia"* - thì hạnh phúc, hỉ lạc mà chúng ta kinh nghiệm sẽ ngang bằng với sự quang minh của tâm, và sự quang minh và lạc sẽ hợp nhất làm một, cũng như phương pháp và trí tuệ được hợp nhất làm một. Cũng vậy, nếu muốn đi Trung Quốc ta phải đáp máy bay và ta đến đó. Nơi đó là đích đến. Nếu muốn đi Tây Tạng, ta đi trên một máy bay và tới nơi đó. Máy bay là *cỗ xe*. Khi các bạn ở trên máy bay, các bạn không ở Tây Tạng. Điều này chỉ ra rằng trong *cái thấy* của con đường Bồ Tát có một sự phân cách giữa cỗ xe và đích đến.

Bây giờ, trong trường hợp của *Dzogchen*, chúng ta cũng phải thực hành *Dzogchen* với một tâm giác ngộ, với tâm *Bồ-đề*, nhưng chúng ta phải nhận thức rằng *mục đích* và *cỗ xe* là một. Và như thế, với tâm thái đó, tịnh quang của giác chiếu và đại lạc của sự hoàn tất con đường đó ở trong ta vào chính giây phút này. Vấn đề là khi chúng ta bàn về *shunyata*, hay *tánh Không*, đặt nó trong một phạm trù và sau đó đề cập tới tâm giác ngộ hay tâm *Bồ-đề* và đặt nó trong một phạm trù khác. Chúng ta cố gắng suy tưởng chúng một cách riêng rẽ và chúng ta ắt phải thất bại. Một sự thấu suốt về *tánh Không* và một thái độ được đặt nền trên lòng bi mẫn chân thành đối với tất cả chúng sinh muôn loài không thể bị phân cách. Để chứng ngộ tâm *Bồ-đề*, *tánh Không* không thể được thấu suốt một cách riêng rẽ với lòng bi mẫn chân thực; và tâm *Bồ-đề* không thể bị phân cách với sự thấu triệt về *tánh Không*. Vì thế, khi *tánh Không* và tâm *Bồ-đề* được hợp nhất thì khi đó - và chỉ khi đó - một sự thấu suốt đích thực về *Dzogchen* mới xảy ra.

Chúng ta sắp thảo luận giáo lý *Dzogchen* về *Ba Lời Đánh vào Điểm Trọng yếu*. *Cái thấy* (*kiến*) là: Bất kỳ điều gì hiện hữu đều là sự xuất hiện của *sinh tử* và *Niết-bàn*, cả hai đều toàn hảo như nhau trong trạng thái của *Pháp giới* (*Dharmadhatu*). Đây là nền tảng căn bản thoát khỏi bất kỳ cực đoan nào của các ý niệm hay sự tạo tác. *Tathagatagharba* (*Như Lai Tạng*) là *cái thấy*. Thuật ngữ "*nền tảng căn bản*" hàm ý chỉ cho *Pháp giới*. Có ba cách để nhìn không gian này: đó là không gian bên ngoài, không gian bên trong, và không gian bí mật. Không gian bên ngoài là không gian ở bên ngoài chúng ta. Không gian bên trong là không gian trong đó các năng lực của thân thể ta chuyển động. Nó là tính rỗng rang của tâm. Nhưng vào lúc này chúng ta đang nói về không gian bí mật - *giác tánh bất nhị*. Đó là không gian mà trong đó trí tuệ và ánh sáng là một, và tịnh quang này là không gian bí mật và chiều kích tối hậu của thực tại.

Vậy thì, nếu các bạn hỏi: "*Làm thế nào ta có thể thấu hiểu được chiều kích bí mật này của thực tại?*" Điều đó thật đơn giản. Hãy tĩnh lặng, an dịu, và hãy nhìn ra ngoài. Hãy nhìn bằng đôi mắt và để cho mắt nghỉ ngơi trong không gian trước mặt. Đừng dán chặt cái nhìn vào bất kỳ vật gì. Không gian bên ngoài tức là tâm các bạn, sẽ nối kết với không gian bên ngoài, tức cảnh giới của cái nhìn mà bạn kinh nghiệm. Các bạn sẽ nhận ra rằng các hình tướng xuất hiện trước mặt và tự tâm các bạn cùng trở thành một trạng thái duy nhất của sự tỉnh giác toàn diện. Trong đó không có sự phân cách giữa *cái được thấy*, *cái thấy*, và tâm là *người thấy*. Sự hợp nhất giữa không gian bên ngoài và không gian bên trong; giữa hình tướng xuất hiện và tâm, là chiều kích bí mật của thực tại, trong đó không có gì để bám giữ và không có gì để từ bỏ.

Các bạn an trụ trong an định và nhận ra rằng tâm bạn có ba phẩm tính. Bản chất của tâm là *tánh Không*, Pháp thân; bản tánh của tâm là sự trong sáng và quang minh, Báo thân; và chức năng của tâm như lòng bi mẫn viên mãn toàn khắp là Hóa thân. Chân tánh của tự tâm thì không gì khác hơn chính là *Pháp giới* (*Dharmadhatu*). Tâm các bạn - như bản tánh của nó - có phẩm tính mở trống và đó là *Pháp giới bí mật*. Nó vượt khỏi mọi sự tạo tác, chẳng hạn như các nguyên nhân và điều kiện (duyên).

Bản chất của tâm là không gian căn bản thoát khỏi sự tạo tác; siêu vượt nhân, duyên và thời gian. Nó không hiện hữu, bởi nó trống không một cách tự nhiên, nhưng nó có hiện hữu, vì nó là trạng thái nguyên thủy của mọi sự - các hiện tượng và bản tánh của các hiện tượng, hay Pháp tánh (*Dharmata*). Nó thực sự là phương diện rốt ráo của tánh mở trống, bản chất của tâm các bạn, một khi các bạn an trụ trong sự quân bình an định của Đại Viên Mãn.

Tất cả chúng sinh đều có Pháp giới (*Dharmadhatu*) như bản chất của tâm, nhưng chỉ khác nhau ở chỗ có nhận ra nó hay không. Vì vậy, chúng ta có hai con đường, đó là *sinh tử* và *Niết-bàn*, nhưng ta có cùng một nền tảng.

Trạng thái đó của Như Lai Tạng, thoát khỏi sự tạo tác, là cái chỉ ra hay hàm ý chỉ tới sự trong sáng của tâm khi các bạn đang thiền định về *Dzogchen*. Chúng ta có bầu trời và mặt đất; và giữa chúng là không gian, không có bất kỳ màu sắc hay hình thể nào. Bản chất tâm chúng ta cũng giống như thế. Nó hoàn toàn tự do và trong sáng, một sự bao la vĩ đại. Mọi sự xuất hiện trong *sinh tử* và *Niết-bàn* đều toàn thiện một cách viên mãn trong trạng thái đó. Đó là *cái thấy* (*kiến*), "*cái bao la vô hạn vĩ đại*". Đó là ý nghĩa của danh hiệu *Longchen Rajam*.

# CHƯƠNG 2

# CÁC ĐIỀU TIÊN QUYẾT:

# CÁI THẤY, THIỀN ĐỊNH VÀ HÀNH ĐỘNG

Đức Phật *Thích-ca Mâu-ni* đã trình bày tám mươi bốn ngàn Pháp môn trong thế giới này để đáp ứng những nhu cầu và khả năng của chúng sinh với các khuynh hướng về nghiệp khác nhau trong vòng sinh tử. Tám mươi bốn ngàn Pháp môn này được chứa đựng trong chín thừa, gồm có ba thừa thấp, ba mật thừa ngoại, và ba mật thừa nội. Tất cả các thừa đều dẫn tới thừa thứ chín, *Dzogchen* (Đại Viên Mãn, Đại Toàn Thiện). Tất cả đều được cô đọng trong *Dzogchen*. Giáo lý quý báu về *Dzogpa Chenpo* (*Dzogchen*) là cực điểm và cốt tủy của Phật pháp. Con đường này nhanh chóng đưa ta tới sự giải thoát.

Thật vậy, nếu các bạn bắt đầu thiền định sáng nay, các bạn có thể đạt được giải thoát lúc chập tối. Giáo lý *Dzogchen* sâu xa như thế. Đây là một giáo lý rất thích hợp cho những người lười nhác, những người ngu si, những người tăm tối, hay những người không có thời giờ.

Nói vậy không có nghĩa là giáo lý này chỉ được dành cho những người như thế, nhưng có nhiều người không có thời giờ, năng lực, hay sự giáo dục để nghiên cứu và suy niệm các sự truyền dạy khác nhau của Pháp. Pháp như một đại dương mênh mông và không ai có thể uống cạn. Giáo lý này cũng tuyệt hảo đối với những người thông tuệ và đã từng nghiên cứu nhiều, bởi nó sẽ là cực điểm của sự giáo dục, nghiên cứu và phân tích của họ. Giáo lý này là giáo lý tối cao và bao gồm tất cả tám mươi bốn ngàn giáo pháp. Đây là pháp siêu việt cho người lười nhác, người ngu si và người đần độn cũng như cho người từng trải, học giả, và thiền giả. Đây là giáo lý siêu việt của Đại Viên Mãn.

Có một số chuẩn bị cho con đường rất sâu xa này. Điều tiên quyết chính yếu là khơi dậy tâm *Bồ-đề*. Trong thế giới này không có duy nhất chúng sinh nào tốt lành với chúng ta như cha mẹ của riêng ta. Các ngài đã cho chúng ta cuộc đời và đã nuôi dưỡng chúng ta. Các ngài đã cho chúng ta thực phẩm và quần áo cho tới khi chúng ta đủ khôn lớn để tự lo cho mình. Không có gì như tình thương của bậc cha mẹ đối với con cái. Khi ta suy xét về lòng tốt mà cha mẹ ta đã biểu lộ với ta thì chúng ta nên suy tưởng rằng tất cả chúng sinh chịu đau khổ trong vòng sinh tử đã có lúc này hay lúc khác từng là những cha mẹ tốt lành và từ ái của ta. Đây quả nhiên là nguyên nhân để phát khởi tự nhiên lòng bi mẫn, là tâm *Bồ-đề*, tràn trề trong chúng ta, tâm *Bồ-đề* dâng tràn đối với tất cả chúng sinh, thậm chí đối với một con côn trùng bé xíu hay con muỗi nhỏ bé nhất.

Là Phật tử, là những hành giả *Dzogchen*, các bạn phải từ bỏ mọi hành vi gây hại, bởi các bạn phải nhận ra rằng tất cả chúng sinh đã từng là cha mẹ của bạn. Nhận thức đó phải hiện diện trong tâm các bạn. Các bạn cần cảm nhận lòng thương yêu hơn nữa đối với chúng sinh đang ở trong tình huống khó khăn và kém may mắn hơn các bạn và nỗ lực trong khả năng tốt nhất để làm lợi lạc cho họ. Các bạn không nên giới hạn sự chăm sóc và thương yêu đối với những người mà các bạn yêu quý một cách dễ dàng. Các bạn cần cố gắng làm lợi lạc những người thực sự đau khổ và cần sự giúp đỡ. Nếu các bạn thực hành theo cách này thì đây là một dấu hiệu cho thấy các bạn đang phát triển tâm *Bồ-đề*.

Tôi muốn khuyến khích mọi người ở đây quan tâm tới việc cứu giúp chúng sinh khỏi bị làm hại, thực sự cứu lấy mạng sống của chúng sinh. Bởi các bạn sống gần biển, các bạn có thể phóng sinh một số cá. Là các hành giả *Dzogchen*, các bạn được yêu cầu thực hiện điều có thể để giúp ích cho những người khác, đặc biệt là cứu mạng sống của họ. Các bạn có thể mua cá sắp bị giết và thả chúng xuống nước, cứu mạng sống của chúng. Đây là một thực hành rất quan trọng.

Nói chung, các bạn nên luôn luôn đặt những người khác lên trên hay lên trước các bạn. Đây là dấu hiệu của một hành giả *Dzogchen*, là người khiêm tốn và không tự phụ.

Điều tiên quyết khác là hiểu biết cách làm thế nào quan hệ hài hòa với các thành viên trong gia đình. Các bạn có lòng từ bi một cách tự nhiên đối với những người đó và vì thế các bạn nên nỗ lực sống thuận hòa. Hoàn toàn không thích hợp đối với một hành giả *Dzogchen* khi sống một cuộc hôn nhân không hạnh phúc, luôn luôn xung đột. Việc xử sự theo tính chất đó là một cách thức hủy hoại cuộc đời ngắn ngủi với người vợ (hay chồng) mà các bạn đã thực sự chọn lựa để chung sống vì muốn được hạnh phúc. Đâu là trọng tâm của việc xung đột với người lẽ ra phải là suối nguồn hạnh phúc của các bạn trong một thời gian ngắn ngủi? Điều ấy làm cho mục đích của cuộc sống, ngay cả trong ý nghĩa bình thường nhất, trở nên hoàn toàn vô nghĩa. Điều quan trọng là phải xem xét các nguyên lý căn bản của Pháp và áp dụng chúng vào cuộc đời các bạn, sống hòa hợp với người bạn đời và cha mẹ của bạn, phụng sự và đền đáp lòng tốt của họ. Cũng rất quan trọng khi dạy dỗ con cái các bạn đừng làm hại thú vật, bao gồm cả những côn trùng. Đây là tất cả những giới luật cho sự thực hành *Dzogchen*. Thật ra, đây là những *samaya* (*giới nguyện*) *Dzogchen*.

Ở Tây Tạng, nếu một gia đình có vài người con trai, người ta thường trở thành một nhà sư. Người nào đó trong gia đình sẽ đi vào con đường Pháp. Ở phương Tây, người ta thường là các hành giả cư sĩ và vì thế điều thật quan trọng là duy trì các nguyên lý của Pháp trong đời sống hằng ngày và gia đình các bạn. Có lẽ nguyên tắc quan trọng nhất là tự chế đừng nổi sân hận, bởi sân là nguyên nhân cho sự tái sinh trong cõi địa ngục. Sự sân hận được biểu lộ đối với những người thân yêu là điều tệ hại nhất. Đây là cách thức của Pháp, và tôi lưu ý điều này bởi vì đây là các vấn đề thứ yếu đối với giáo lý *Dzogchen* mà chúng ta sắp đi sâu hơn. Xin ghi nhớ những vấn đề này trong tâm.

Trong *Dzogchen* các bạn phải củng cố *cái thấy, thiền định, hành động* và *kết quả.* Các bạn phải hiểu biết về bản chất (*tinh túy*), sự phô diễn, và sự vận dụng cũng như nền tảng, con đường và quả. Có những dị biệt phải được hiểu rõ. Giáo lý này mô tả cách làm thế nào nhận ra bản tánh của ta, và cách thức xác quyết bản tánh đó như một điểm cốt lõi, và làm sao có được sự xác tín trong giải thoát. Giáo lý này như một bài ca kim cương đánh vào cái tinh túy. Nó là *ngữ kim cương* có thể thực sự thức tỉnh tâm.

Khi củng cố *cái thấy,* các bạn phải nhận thức rằng mọi hiện tượng phức tạp, mọi pháp xuất hiện, đều bắt nguồn từ tâm. Một khi điều đó được củng cố, thì các bạn phải nhìn vào bản tánh của tâm. Mọi sự đều là sự vận dụng (trò nô đùa) của tâm và tự nguyên thủy, bản tánh của tâm thoát khỏi bất kỳ tạo tác hay căn bản nào. Bản tánh của tâm là ba thân. Sinh tử và *Niết-bàn* xuất hiện từ tâm, và tâm không có căn bản hay gốc rễ. Bản tánh của tâm là Pháp thân, Báo thân và Hóa thân. Chứng ngộ bản tánh đó là chứng ngộ cái thấy của Longchen Rabjam, "cái bao la vô hạn vĩ đại".

Cái thấy đó là tự nhiên. Bản tánh của lửa là nóng. Bản tánh của đất là nặng. Bản tánh của nước là ướt. Bản tánh của gió là chuyển động. Bản tánh của cái thấy là ba thân, và đó là bản tánh của tâm. Khi các bạn nghĩ rằng nước thì ướt một cách tự nhiên, lửa nóng tự nhiên, đất nặng tự nhiên, không khí chuyển động tự nhiên, và một trái cầu pha lê cũng trống không tự nhiên, thì tương tự như thế, các bạn có thể nghĩ rằng tâm thoát khỏi sự tạo tác nhưng trong sáng chói ngời một cách tự nhiên từ nguyên thủy. Sự trong sáng của bản tánh trống không đó của tâm được biểu lộ bởi ba thân. Ba thân là cái gì bất khả phân như bản tánh của tâm, và bản tánh đó thoát khỏi mọi giới hạn của tâm thức ý niệm. Khả năng để nhận ra bản tánh đó là trí tuệ, và trí tuệ đó được so sánh với *vipashyana (quán)*, hay quán chiếu thấu suốt. Bản tánh trống không thì bất động, được so sánh với *shamatha (chỉ)* hay sự an trụ yên bình.

Trong *Dzogchen*, *vipashyana* hay quán chiếu thấu suốt, tương ứng với bản chất (tinh túy) trong khi *shamatha*, hay sự an trụ yên bình, tương ứng với cái vẫn được thấu suốt. *Shamatha* giống như một đại dương không có chút sóng, bất động và *vipashyana* thì như bản tánh của đại dương, đó là nước. Bản tánh hay bản chất của tâm thức chúng ta là Pháp thân. Khi chúng ta thấu suốt bản tánh đó, ta thấu suốt *svabhāva-kāya (Thân Tự Tánh)*. Đó là Phật tánh vốn như vậy. Khi chúng ta nhìn thẳng vào bản tánh của tâm, chúng ta đang nhìn thẳng vào bản tánh của ta như giác tánh vốn có, trống không nhưng hoàn toàn trong sáng. Khi chúng ta tri giác bản tánh trống không của nó, đó là *vipashyana*, quán chiếu thấu suốt.

Tiếp cận với *shamatha* trong thiền định *Dzogchen* là ngơi nghỉ trong *rigpa*, hay giác tánh nội tại, không chạy theo niệm tưởng nào và tập trung sự tỉnh giác vào cái gì bên trong mà không có bất kỳ sự phân chia thực sự nào giữa bên ngoài, bên trong và khoảng giữa. *Rigpa* là *vipashyana*, hay sự quán chiếu thấu suốt, và thấy nó đúng như nó đang hiện hữu, là kinh nghiệm về cái trong sáng không bị ngăn che. Sự tươi mới trinh nguyên của trạng thái *rigpa* không bao giờ có thể bị ngăn che một cách cố ý, bởi bản tánh của nó hoàn toàn thấu suốt và rộng khắp, tuy nhiên không có đối tượng. Mặc dù với tư cách là một thiền giả, các bạn là một chủ thể, nhưng không có chủ thể nào đang quan sát sự thiền định. Đối với loại thiền định này, không có bên trong và bên ngoài. Nó hiện hữu, và tuy thế không có người đang kinh nghiệm sự hiện hữu của nó. Đây là một điểm quan trọng: Điều ta phải làm sáng tỏ trước hết là việc ta nhận ra *rigpa* phải được duy trì - duy trì trong ý nghĩa là khi ta thực hành cái thấy, cái thấy là nhãn kiến của ta. Nếu nhãn kiến của ta được tập trung vào giác tánh và ta không duy trì giác tánh đó, chúng ta sẽ trở nên mê lầm bởi các tạo tác niệm tưởng và các vấn đề thuộc cảm xúc.

Sự nhận ra *rigpa* mà chúng ta đang nuôi dưỡng và hoàn thành, trong thực tế sẽ biến thành vô minh bởi sức mạnh của các tiến trình tư tưởng và các xung đột cảm xúc. *Rigpa* là cái đối nghịch của vô minh. Giác tánh là cái đối nghịch với vô minh. Nơi mà hai thứ này đi vào tâm thức là cái thấy. Như thế, về cơ bản thì cái thấy là nhãn kiến của một cá nhân về thực tại, là việc nó tri giác thực tại như thế nào. Vì thế nếu cái thấy là *rigpa*, thì nó đúng là cái mà chúng ta gọi là Phật tánh của sự giác ngộ nguyên thủy. Nhưng nếu việc chúng ta nhận ra *rigpa* không được duy trì, thì có nguy cơ bị rác rến cảm xúc và tri thức làm cho *rigpa* này trở nên bị ngăn che bởi vô minh, và cái thấy của ta sẽ thực sự trở nên một cái thấy vô minh. Chúng ta có thể dễ dàng bị mắc bẫy trong mọi loại vấn đề và tình huống ghê gớm do bởi ta không duy trì được việc nhận ra *rigpa*.

Khi ngơi nghỉ trong tánh giác *rigpa*, các bạn vẫn kinh nghiệm nhãn thức, nhĩ thức và v.v..., nhưng các bạn không bị phóng tâm ra khỏi Phật tánh thậm chí trong chốc lát. Các tri giác giác quan là phần của sự phô diễn không bị che chướng của giác tánh nội tại. Các bạn phải biết làm thế nào nhìn thấy, làm cách nào nhận thức giác tánh nội tại. Nếu các bạn không làm được, các bạn có thể ở trong trạng thái thiền định trầm trệ vô ký không đem lại kết quả gì.

Hãy ghi nhớ, không có chủ thể nhưng có một kinh nghiệm. Kinh nghiệm là sự trong sáng không bị ngăn che. Sự trong sáng được kinh nghiệm nhưng không bằng tâm thức ý niệm. Kinh nghiệm sự trong sáng thì đơn giản là kinh nghiệm về *rigpa* đúng thật như nó đang hiện hữu, một cách tự nhiên. Việc thành tựu nền tảng này về cái thấy là siêu việt tâm thức, siêu việt sự ý niệm hóa, và siêu việt các sự xuất hiện (hình tướng) khách quan, bởi nó là thuần tịnh tự nguyên sơ.

Những kinh nghiệm thường xuất hiện trong thiền định là kinh nghiệm về hỷ lạc, sự trong sáng và vô niệm. Nếu ta trở nên bám dính vào các kinh nghiệm này như một vài kết quả trên con đường, ta sẽ tạo nên các nguyên nhân cho vòng sinh tử. Ví dụ, nếu ta trở nên dính mắc vào lạc khi nó phát khởi trong tâm, vào lúc sự dính mắc đó xuất hiện nó tạo nên các nguyên nhân cho sự tái sinh trong Dục giới. Nếu ta trở nên dính mắc vào sự trong sáng, điều đó tạo nên những nguyên nhân cho sự tái sinh trong Sắc giới. Nếu ta trở nên dính mắc vào một trạng thái vô niệm, siêu việt ý niệm, điều đó gây nên những nguyên nhân để tái sinh trong cõi Vô sắc, là nơi có nhiều người không phải là Phật tử đang nhập thiền (định). Nếu không hiểu rõ điều này, không có sự hiểu biết về các cạm bẫy, sự thiền định của ta có thể bị tổn hại.

Thật bất hạnh, ở xứ sở này có một trở ngại to lớn, đó là việc canh chừng giờ giấc. Luôn luôn là thời gian. Mọi sự phải đúng giờ và khi việc gì đó đã xong thì nó phải được chấm dứt và ta không thể thậm chí đi đây đó và tiêu khiển, bởi lẽ mọi người luôn luôn nhìn đồng hồ. Và sau đó là vấn đề ngôn ngữ, vì Thầy và trò nói những ngôn ngữ khác nhau, phải chờ việc thông dịch lại và không thể cảm thông nhau một cách trực tiếp. Những điều này làm cho sự việc hơi khó khăn. Nhưng nếu các bạn học thiền định về *Dzogchen* một cách đúng đắn, thì cho dù các bạn bị ném vào tù không có thực phẩm trong một thời gian dài, các bạn sẽ không đau khổ vì cái đói hay nỗi khó chịu. Một người an trụ trong cái thấy sẽ không dễ bị đau khổ. Nếu ta an trụ trong cái thấy, ta không sợ hãi và thoát khỏi đau khổ. Còn nếu không, đau khổ sẽ miên man, vô tận. Các bạn phải chứng ngộ cái thấy với sự xác tín toàn vẹn để các hiện tượng của nỗi đau đớn và muộn phiền ngừng phát sinh.

Tôi muốn thảo luận về bản chất (tinh túy), bản tánh và phẩm tính của giác tánh nội tại. Bản chất của trái cầu pha lê này ở trước mặt tôi giống như nước được chứa trong một chiếc ly. Đó là bản chất của đồ vật này. Bản chất của bơ là dầu, bản chất của tất cả chúng sinh là *tánh Không*. Nó bao gồm tất cả chúng sinh trong sáu cõi sinh tử. Khi chúng ta nghĩ tưởng về sáu cõi, chúng ta cần quan tâm tới chúng sinh trong các cõi *bardo*, vô lượng chúng sinh trong một trạng thái vô sắc, là những chúng sinh kinh nghiệm chính mình trong một thân thể tinh thần. Nó được tạo nên bởi tâm thức họ, nhưng họ kinh nghiệm có một sắc tướng. Khi các bạn chết, các bạn sẽ lang thang trong trạng thái đó, một kinh nghiệm mà các bạn đã từng lặp đi lặp lại nhiều lần.

Tất cả chúng sinh trong các cõi này là chúng sinh hữu tình và có cùng Phật tánh. Vấn đề là tạm thời, bản tánh này đã bị ngăn che. Nhưng sự hiện hữu như một chúng sinh hữu tình của họ thì không vĩnh cửu. Nó vô thường bởi bản tánh thường hằng của họ, bản tánh nguyên sơ của họ, bản chất của sự hiện hữu của họ, là *tánh Không*, tự do đối với bất kỳ tạo tác nào. Ý niệm về việc có một cá tính đồng nhất như một cá nhân là không có nền tảng. Mỗi cá nhân đã từng lang thang trong vòng sinh tử trải qua vô lượng cuộc đời trong quá khứ, từ vô thủy cho tới ngày nay.

Tâm thức là thường hằng và trạng thái nhận thức cứ tiếp

tục lang thang đó cũng thường hằng. Lang thang trong sinh tử có nghĩa là có cái gì đó không chết. Cái gì đó vẫn đang tiếp diễn. Và cái đó là tâm thức. Có nhiều sự phân chia tâm thức, là điều mà tôi sẽ không đề cập tới ngay bây giờ, nhưng tâm thức không có màu sắc. Kinh nghiệm về một dòng tương tục đang tiếp diễn chỉ có sự hiện hữu tạm thời nhưng không hiện hữu một cách tuyệt đối, bởi lẽ bản tánh căn bản của trạng thái nhận thức là ba thân. Bản tánh nguyên thủy của trạng thái nhận thức đó là *mạn-đà-la* bao la của ba thân của tâm Phật.

Đó chính là bản tánh của các bạn, nhưng trong khi ở trên con đường các bạn không tỉnh giác về trạng thái đó hoặc các bạn không ở trên con đường. Các bạn bị ngăn che bởi ba độc và bị mắc kẹt trong tính chất tạm thời này của sự ngăn che. Vì thế các bạn phải đi vào con đường thực hành *Dzogchen* để được giới thiệu lại bản tánh ba thân của các bạn, là Phật tâm.

Ở một nơi nào đó trên con đường các bạn sẽ có thể chứng ngộ tự tánh như trí tuệ bẩm sinh nguyên thủy và kinh nghiệm mình đang ở trong *mạn-đà-la* vĩ đại của giác tánh nội tại, là Phật tánh. Khi các bạn chứng ngộ được *mạn-đà-la* trí tuệ vĩ đại đó, là bản tánh bẩm sinh của riêng các bạn, thì các che chướng thô và tế sẽ hoàn toàn được tịnh hóa trong Pháp giới (*Dharmadhatu*). Khi cả hai loại che chướng hoàn toàn bị tẩy sạch trong cảnh giới của sự thật tuyệt đối, *vajradhatu* (*kim cương giới*), thì đó là Phật.

Nếu các bạn ở trong sự vô minh, điều đó giống như một màn mây ngăn che bầu trời gây nên bóng tối tạm thời. Nó là một tính chất tạm thời của tâm nhị nguyên, sự hiện diện của sự bám chấp và dính mắc, nó sẽ được tẩy sạch thành *dharmadhatu*, đó là Phật tánh nền tảng.

Cái thấy *Dzogchen* của thiền định có thể được chứng ngộ nhờ *shamatha* và *vipashyana*. Đây là điều các bạn cần nghiên cứu. Mọi khía cạnh của *Dzogchen* phải được thấu suốt. Nếu các bạn sắp thưởng thức một bữa ăn, các bạn nên thưởng thức toàn bộ những gì được mời. Tương tự như vậy, để thực sự nhận thức sâu sắc *Dzogchen*, các bạn cần hiểu biết lịch sử của *Dzogchen*, nó đã được đưa vào thế giới này như thế nào, làm thế nào để thực hành nó, và nó dẫn tới giải thoát ra sao. Các bạn cần hiểu rõ tất cả những chi tiết khác biệt của con đường vĩ đại này. Một khi các bạn thấu suốt và hiểu rõ những chi tiết khác biệt này, các bạn sẽ nhận thức rằng không có gì khác là quan trọng. Mọi hoài nghi sẽ được cắt đứt khỏi tâm các bạn và các bạn sẽ đi thẳng tới mục tiêu của mình bằng thực hành *Dzogchen*. Các bạn sẽ vượt lên sự hoài nghi hay do dự. Sẽ không có các giới hạn, và các bạn sẽ được hướng dẫn tới sự thiền định giác tánh nguyên thủy và không thứ gì khác ngoài nó, cho tới khi các bạn nhận ra chân tánh của các bạn là ba thân, không bao giờ hoài nghi, xa lìa nó. Các bạn phải có sự xác quyết đó. Sau đó các bạn sẽ được chuẩn bị cho giây phút chết là điều chắc chắn sẽ xảy ra.

Vào lúc chết, khía cạnh mẹ của tịnh quang ló rạng. Trong thời gian ở trên con đường, các bạn có cơ hội để thực hành khía cạnh con của tịnh quang, cuối cùng chuẩn bị để gặp gỡ mẹ. Nếu các bạn không có sự nhận ra đó nhờ việc thực hành trong đời này, thì khi các bạn kinh nghiệm giây phút chết và khía cạnh mẹ của tịnh quang xuất hiện, các bạn sẽ không nhận ra mẹ và sẽ tiếp tục lang thang trong sinh tử. Nếu các bạn đã từng làm hiển lộ khía cạnh con, thì vào lúc chết con và mẹ sẽ hợp nhất và các bạn sẽ được tái sinh trong một cõi Phật. Nếu điều đó không xảy ra thì sự sinh ra làm người quý báu này đã bị phí phạm. Giờ đây các bạn phải chuẩn bị khi các bạn đang có cơ hội để thực hiện như thế.

Các bạn phải hiểu rằng khía cạnh con và khía cạnh mẹ của tịnh quang chỉ là một. Vấn đề ở đây là tịnh quang chỉ là tịnh quang, nhưng có một khác biệt trong nhãn kiến của hành giả. Một người sơ học tri giác tịnh quang trong một cách thức không giống với một hành giả có nhiều kinh nghiệm hơn. Thế giới không thay đổi nhưng tri giác của cá nhân thì thay đổi. Khi các bạn nói về tịnh quang của nền tảng, đó là nói rằng tự nền tảng các hiện tượng không là gì khác hơn tịnh quang. Tịnh quang của con đường có ý nghĩa là hành giả trưởng thành sẽ bắt đầu nhận thức rằng các sự vật đã từng luôn luôn là và sẽ luôn luôn là tịnh quang. Tịnh quang cũng vẫn y như thế. Nó là một vấn đề của tri giác. Khi chúng ta nói về tịnh quang của khía cạnh mẹ hay nền tảng, chúng ta đang nói về một tri giác trưởng thành về tịnh quang của toàn bộ thực tại. Đây không phải là một tịnh quang khác biệt với tịnh quang của con đường, hay khía cạnh con.

Một cách để tập trung vào tịnh quang là ngồi trong tư thế thiền định và để tâm nghỉ ngơi trong một trạng thái trong sáng. Một cách thức khác xảy ra khi các bạn rơi vào giấc ngủ. Chính các bạn đang ở trong trạng thái đó khi giữa giấc ngủ sâu và sự tỉnh táo có một điểm mà ta cảm thấy như người ở giữa bầu trời xanh vô hạn không có nền, không trên, không dưới, không có gì ở hai bên. Nếu các bạn đi ra ngoài và nhìn bầu trời, các bạn biết rằng bầu trời có màu xanh dương. Nhưng giờ đây chúng ta đang nói về tâm thức các bạn trở thành một với bầu trời xanh vô hạn không có phương hướng, trung tâm và chu vi, và đây là cái mà ta gọi là tịnh quang nền tảng. Nó chói ngời và không có phương hướng hay chu vi, không có các biên giới.

Tôi muốn nhắc lại là mẹ và con cùng là một, và các bạn không chuẩn bị cho điều gì khác. Không có tịnh quang nào khác. Tất cả những gì các bạn đang làm là trưởng thành và thấy vẫn một ánh sáng đó. Theo thời gian, các bạn trưởng thành, và nhìn xung quanh các bạn thấy ánh sáng theo một cách khác, và vì thế không phải ánh sáng thay đổi mà là các bạn đang nhìn nó với sự trưởng thành chín chắn hơn. Tuyệt đối cần thiết phải hiểu rằng khi các bạn nói về các khía cạnh mẹ và con của tịnh quang thì các bạn không nói về hai loại ánh sáng khác nhau, mà đúng hơn là các khác biệt trong sự tri giác về ánh sáng. Cũng tương tự như một em bé Tây Tạng đang học nói một từ như *"ánh sáng"*, chúng có thể nói *"oksel"* bởi chúng không biết rằng từ đó là *"osel"*. Khi lớn lên, chúng sẽ phát âm nó một cách đúng đắn. Tình huống ở đây cũng thế. Ánh sáng vẫn là ánh sáng đó, nhưng chính sự trưởng thành của hành giả và tri giác của họ thay đổi.

Bản văn gốc nói rằng bản chất (tinh túy) là Pháp thân và bản tánh của Pháp thân là sự trong sáng chói lọi. *Tánh Không* và sự trong sáng là không hai. *Tánh Không* là bản tánh căn bản của tâm *Bồ-đề*, giống như bơ và dầu là một trong bản chất. Đây là cách thức để hợp nhất cái thấy với thiền định. Đây là cách ta cần thấu suốt tên *Khyentse Ozer*.

Ba tên trong bản văn gốc tương ứng với *cái thấy, thiền định* và *hành động*. Cái thấy là *"sự bao la vô hạn vĩ đại"*, tên của *Longchen Rabjam*, Đức *Longchenpa* toàn trí vĩ đại. Thiền định là sự hiện thực hóa cái thấy, được định nghĩa như *Khyentse Ozer*, tên của *Jigme Lingpa*, và có nghĩa *"những tia sáng của sự thấu suốt trí tuệ và từ ái"*. Khi hai thứ này được hợp nhất, nó là bản chất (tinh túy), *dharmakaya* (Pháp thân) và sự trong sáng phát sinh từ đó. Tinh túy, Pháp thân, cái bao la vô hạn vĩ đại này không có biên giới hay giới hạn. Nó là *cái thấy*. Thiền định, những tia sáng của hiểu biết và tình thương, là sự trong sáng của *tánh Không*. Sự trong sáng phát sinh từ *tánh Không*.

Cái thấy là *Longchen Rabjam*. Cái thấy xảy ra nhờ chứng ngộ được tánh *vô ngã* của cá nhân và tánh *vô ngã* của các hiện tượng, tức thực tại đúng thật như đang hiện hữu. Nhận thức này lần lượt nhường bước cho sự thấu suốt về trí tuệ nguyên thủy. Cái thấy là *Longchen Rabjam*, nó có nghĩa là nhờ một sự thấu suốt về *tánh Không* của các hiện tượng mà ta chứng ngộ được bản tánh của các hiện tượng đúng thật như đang hiện hữu.

Vì thế, cái thấy là *"sự bao la vô hạn vĩ đại"*. Điều đó có nghĩa là ta thành tựu chánh định về sự chứng ngộ bản tánh của thực tại đúng như đang hiện hữu. Từ đó xuất hiện *"các tia sáng của hiểu biết và tình thương"*. Bằng việc nhận ra *rigpa*, ta có một sự thấu suốt về bản tánh của lòng bi mẫn và thực tại. Như thế, chúng ta có hai loại *prajna*, hay trí tuệ, xuất hiện ở đây, với sự trong sáng phát sinh và soi chiếu nhờ thấu suốt bản tánh của ta và người. Đây là điều mà *"các tia sáng của hiểu biết và tình thương"* muốn nói tới.

Từ nền tảng của *tánh Không*, sự trong sáng hay năng lực trí tuệ nguyên thủy chiếu tỏa lòng từ bi cũng như thần lực. Phải có thần lực để đến với tất cả chúng sinh hữu tình theo cách này. Thần lực đó hàm ý chỉ tới hành động (*hạnh*) và nó đưa chúng ta đến cái tên thứ ba trong bản văn gốc - *Gyalwe Nyugu*, *"trưởng tử của các Đấng Chiến Thắng"*, đệ tử của ngài *Jigme Lingpa*. *Hành động* là khả năng để thực sự dấn mình vào hoạt động biểu lộ *cái thấy* và *thiền định*.

Hành động là *Gyalwe Nyugu*. Điều này ngụ ý rằng ngài *Gyalwe Nyugu* là một Bồ Tát phi thường với sự chứng ngộ ngang bằng với sự chứng ngộ của Đức Văn Thù. Ngài đã có cái thấy *Dzogchen* cao tột, và hoạt động của ngài là hoạt động của sáu *ba-la-mật*. Để dẫn dắt chúng sinh bằng lòng từ bi, ngài đã dấn mình vào sáu *ba-la-mật*. Như vậy, mặc dù sự thật là ta có khả năng chứng ngộ vĩ đại như Đức Văn Thù, nhưng giống như các đám mây có thể ngăn che mặt trời, các ác hạnh có thể ngăn che sự chứng ngộ. Hoạt động của *Gyalwe Nyugu* minh họa cho tầm quan trọng của hành động, bất luận cái thấy của ta cao cả đến đâu. Điều này biểu lộ con đường lý tưởng đi tới giác ngộ nhờ *cái thấy*, *thiền định* và *hành động*.

Cái thấy tương ứng với tên *Longchen Rabjam, sự bao la vô hạn vĩ đại.* Đức *Longchepa* đã rất nhấn mạnh vào cái thấy trong giới hạn của việc củng cố nền tảng căn bản. Thiền định tương ứng với tên *Khyentse Ozer, những tia sáng của hiểu biết và tình thương,* là tên của ngài *Jigme Lingpa.* Sự nhấn mạnh ở đây nằm ở chỗ hợp nhất hiểu biết (trí tuệ) và tình thương như căn bản cho thiền định. Trọng tâm của sự thiền định này là hợp nhất hiểu biết (trí tuệ) nguyên thủy và thiện tâm từ ái. Ngài *Gyalwe Nyugu* là một đệ tử của *Jigme Lingpa* và ngài đã đặt tầm quan trọng to lớn ở hành động. *Gyalwe Nyugu* có nghĩa là "*trưởng tử của các Đấng Chiến Thắng*", *trưởng tử* của chư Phật và chư Bồ tát. Hành động của *Dzogchen* biểu lộ trong hình thức sáu *ba-la-mật*: bố thí, nhẫn nhục, trì giới, tinh tấn, thiền định và trí tuệ siêu việt.

Cái thấy, thiền định và hành động được thấu suốt nhờ một giảng giải về ý nghĩa các danh xưng của ba Đạo sư thuộc dòng truyền thừa vĩ đại này, cũng như trên các khía cạnh mà mỗi vị đã nhấn mạnh. Chúng ta cần trở thành các bình chứa (*pháp khí*) thích hợp và cần hiển lộ *Dzogchen* trong đời chúng ta. Chúng ta có may mắn lớn lao được gặp con đường này, được thực hành giống như các Đạo sư vĩ đại trong quá khứ, chẳng hạn Đức *Longchenpa* và *Milarepa.* Cách tốt nhất là chúng ta nên trải đời mình trong ẩn thất và tự chế đối với việc gặp gỡ những người thế gian, để sang một bên các hoạt động và hành xử của thế giới bình thường và nhất tâm thực hành cho tới khi tâm thức được giải thoát trong cảnh giới của tánh thanh tịnh nguyên sơ.

Trong thực hành *Dzogchen*, ta phải nhận thức nền tảng như Phật, con đường như con đường không-thiền định, và kết quả như cái gì không được tìm kiếm, là sự tự do đối với bất kỳ mục đích nào. *Nền tảng* có nghĩa là nền tảng của tâm thức của riêng ta, mà thực ra chính là Pháp thân. Bản chất (tinh túy) là *tánh Không.* Bản tánh của nó là sự trong sáng,

Báo thân. Nó hiển lộ qua lòng bi mẫn, là Hóa thân. Nhờ nhận ra bản tánh của bất kỳ điều gì xảy ra, ta có sự quán chiếu vào bản tánh của các niệm tưởng và các cảm xúc, và do đó ta nhận thức được rằng chúng không thực sự hiện hữu như đang được nhận biết. Điều này được nhắc đến như Phật thuộc phạm vi con đường. Thực tế là giác tánh đó xuất hiện tự nhiên và mọi phẩm tính đều tràn đầy trong giác tánh xuất hiện tự nhiên đó. Quả Phật bất khả đắc không được chứng ngộ từ nơi chốn nào khác ngoài giác tánh tự sinh của riêng ta. Tâm ta là Phật thuần tịnh, thân ta là sự phô diễn của Bổn tôn và *mạn-đà-la*. Không cần tìm kiếm ở bất cứ nơi nào khác hơn là ngay ở nơi ta. Phật mà ta không cần tìm kiếm ở nơi nào khác chính là Phật của giác tánh tự sinh nơi ta.

Ba trạng thái của Phật được hoàn thiện trong tâm thức của riêng ta. Vào lúc này, chúng ta đang kinh nghiệm phạm vi nền tảng cũng như phạm vi con đường, và khi tất cả các pháp và hình tướng tầm thường bị cạn kiệt trong trạng thái vĩ đại siêu việt tư tưởng, chúng ta sẽ kinh nghiệm Phật thuộc phạm vi kết quả. Trong phạm vi nền tảng, khi ta đang ở trong trạng thái vô minh thì giống như có một năng lực cho cái gì đó nhú mầm lên, nhưng mầm chồi đã không xuất hiện. Năng lực là cái căn bản, Phật thuộc phạm vi nền tảng là bản tánh của chúng ta, và khi mầm chồi xuất hiện thì đó là phạm vi con đường. Nó sẽ tiếp tục phát triển cho tới khi kết quả sau cùng được thành tựu, là trạng thái Phật quả. Tự căn bản con đường trợ giúp mầm chồi để nó lớn mạnh thành cái gì vốn sẵn có - tức là Phật. Khi trạng thái Phật quả đó được chứng ngộ, thì nó vẫn vốn là tiềm lực nguyên sơ và bẩm sinh của ta từ vô thủy.

Truyền thống *Dzogchen* siêu việt các giới hạn của sinh tử, bởi gốc rễ của sinh tử là sự bám chấp vào *bản ngã*, và điều đó phải bị tiệt trừ. Cách thức duy nhất mà nó có thể bị tiệt trừ là nhờ sự tiếp cận này. Vì thế, ngay cả những phương pháp của chư vị Thanh Văn, Độc Giác Phật, Bồ Tát, và ba trường phái *tantra* ngoại cũng dẫn tới trạng thái vô song của *cái thấy, thiền định và hành động* của *Dzogchen*. Tất cả giáo lý của Đức Phật *Thích-ca Mâu-ni* được Đức *Padmasambhava* trình bày trong truyền thống *Dzogchen*.

Một khi ta đạt được giác ngộ và thành tựu trạng thái giải thoát, hoàn toàn siêu việt mọi sự trong *samsara* (*sinh tử*), thì chúng ta không thể rơi trở lại vòng sinh tử. Một vị Phật sẽ không bao giờ không còn là một vị Phật. Một khi sự giác ngộ được thân chứng, nó là một trạng thái không ngừng nghỉ và không bao giờ vơi cạn. Trong các truyền thống khác, niềm hy vọng của ta là sẽ được tái sinh nơi thiên giới hay trong một trạng thái cao hơn, và điều ấy rất có thể xảy ra. Tuy nhiên, nếu nó không là Phật quả, nếu không là sự chứng ngộ Phật tánh, thì ta sẽ ở trong cảnh giới cao đó cho tới khi nghiệp bị cạn kiệt và tiếp tục đi sang trạng thái tái sinh kế tiếp, vẫn còn ở trong sinh tử. Một khi nghiệp của ta tự cạn kiệt, cái chết xảy ra và ta tiếp tục đi sang trạng thái tái sinh kế tiếp cho tới khi nào gốc rễ của sinh tử - sự bám chấp vào bản ngã - bị loại bỏ. Các bạn cần luôn luôn ghi nhớ trong tâm rằng sự tiếp cận *Dzogchen* là để tiệt trừ tận gốc sự bám chấp vào bản ngã này, là sự thiếu tỉnh giác về chân tánh của ta. Đây là khả năng tiệt trừ mọi sự che chướng.

# CHƯƠNG 3

## ĐIỂM TRỌNG YẾU THỨ NHẤT: NHẬN RA BẢN TÁNH CỦA CÁC BẠN

Các giáo lý *Dzogchen* tiệt trừ ngay cả những che chướng vi tế nhất ngăn trở ta trong việc chứng ngộ Phật tánh. Đó là các che chướng thô, các che chướng vi tế và các khuynh hướng tập quán (*tập khí*). Thêm vào đó, chúng ta có các che chướng xảy ra từ khi được thụ thai trong tử cung. Giây phút tâm thức trung ấm bị lôi kéo vào tử cung, tâm thức trở nên hoàn toàn bị che chướng đến nỗi cho dù một cá nhân đã từng là một đại học giả trong đời trước, sau khi sinh ra từ tử cung vẫn phải trải qua toàn bộ tiến trình học hỏi một lần nữa. Các bạn sẽ không nhớ lại kiến thức mà các bạn đã có trong quá khứ và thậm chí sẽ phải học lại vần abc. Cũng có sự che chướng xảy ra từ sự kết hợp tính dục, và các che chướng này rất khó tẩy trừ, trừ phi ta có thể chuyển hóa các khuynh hướng tập quán thông thường nhờ sự thực hành thuộc giai đoạn phát triển.

Trong *Dzogchen*, chúng ta nương tựa vào cái thấy, thiền định và hành động. Ba điều này phải thành tựu trong đời này. Trong khi các bạn ở trên con đường, nhiều chướng ngại có thể xuất hiện, và các bạn phải học cách đưa chúng lên con đường đức hạnh và chuyển hóa chúng. Một chướng ngại được hiểu như là bệnh tật và các loại quấy rầy khác nhau xảy ra, chẳng hạn như các tai nạn. Điều mà ta phải giải thoát là những niệm tưởng phiền não xuất hiện và khiến cho ta cảm thấy buồn hay vui, hoặc bất kỳ điều gì khác. Khi bệnh tật xảy ra và các bạn có một niệm tưởng về sự khó chịu, các bạn phải giải thoát các niệm tưởng của mình khỏi chướng ngại đó. Chướng ngại sẽ nảy sinh, nhưng các niệm tưởng được giải thoát và đây là điều được nhắm tới bằng cách đưa các chướng ngại vào con đường. Để làm được như thế, các bạn cần nhận ra các chướng ngại khi nó đang xuất hiện. Nhờ sự nhận ra này, chướng ngại có thể được tự giải thoát. Sự buông xả hoàn toàn đối với những mong cầu lẫn sự buồn phiền để tiến bộ theo con đường của thực hành Dzogchen là rất cần thiết.

Như tôi đã nói hôm qua, *Ba Lời Đánh vào Điểm trọng yếu* tương ứng với tên của ba vị Đạo sư vĩ đại. Cái thấy là *Longchen Rabjam, "sự bao la vô hạn vĩ đại"*. Thiền định là *Khyentse Ozer, "các tia sáng của trí tuệ và tình thương"*. Hành động, hay sự hoạt động, là *Gyalwe Nyugu, "trưởng tử của các đấng Chiến Thắng"*. Với cái thấy này về sự bao la vô hạn vĩ đại, thiền định về các tia sáng của trí tuệ và tình thương, và hành động của tất cả các đấng Chiến Thắng, ta sẽ có năng lực trong đời này để tẩy trừ sự bám chấp và dính mắc *nhị nguyên*, gốc rễ của *vô minh*, và cội nguồn của việc bám chấp vào *bản ngã*. Quả thật, ta không chỉ có thể tẩy trừ mà còn có thể tiêu diệt hoàn toàn độc tố này tận gốc rễ của nó. Không nhận ra được cái thấy thì việc tiệt trừ này sẽ không thể có được, và vì thế tiến trình này phải thật rõ ràng.

Ta phải hiểu rõ bản tánh nền tảng của *tánh Không* cũng chính là sự hiểu biết về bản tánh của tâm. Sự hiểu biết bản tánh nền tảng của *tánh Không* có hai phần: ta phải phát triển sự xác tín vào bản chất *vô ngã* của cái ta và *vô ngã* của mọi sự xuất hiện. Điều này có nghĩa là ta tiệt trừ tâm thức *nhị nguyên* của sự bám nắm vào một *cái ta* và sự dính mắc vào các sự xuất hiện. Khi đó, ta có thể nhận thức rằng mọi sự xuất hiện đều không thực sự hiện hữu.

Được bao gồm trong "mọi sự xuất hiện" là sáu (đối tượng của) tri giác: sự thấy, nghe, ngửi, nếm, xúc chạm và ý thức. Chúng bao gồm căn bản của kinh nghiệm khách quan. Tất cả những tri giác này không hiện hữu từ quan điểm bản tánh nền tảng của *tánh Không*. Và chủ thể của tri giác, tức là bản thân ta, là không thực sự hiện hữu. Một khi nhận thức được hai trạng thái của sự vô ngã hay không hiện hữu này, ta đạt đến trình độ thích hợp để được giới thiệu một cách đúng đắn vào cái thấy của *Dzogchen*. Đây là cái thấy về bản tánh bẩm sinh của ta như giác tánh nội tại, thoát ra khỏi niềm tin (sai lầm) rằng có một *cái ta* thực sự hiện hữu và các sự xuất hiện là có thực.

Tiến trình của sự xác quyết điều này trước tiên là khám phá sự không hiện hữu của *cái ta* (*bản ngã*). Để thực hiện, ta phải "*mổ xẻ*" thân xác ta, có thể nói như vậy, trong một cố gắng định vị cái "*ta*" này, *bản ngã* này, quan niệm về *cái ngã* này, để xem nó hiện hữu trong đầu ta, trong tứ chi hay các bộ phận khác của cơ thể, hoặc ở trong *ngũ uẩn* (*sắc, thọ, tưởng, hành, thức*), và theo đuổi sự khảo sát này cho tới khi kết luận được rằng *bản ngã thực sự không hiện hữu*. Sau đó, ta bắt đầu nhận thức sâu xa về thân xác như một nhà trọ và tâm như một người khách đến ở trọ. Vào lúc chết, *tâm* và *thân* tách lìa, nhưng khi ta còn sống thì chúng ở trong sự hợp nhất toàn hảo. Chính là trong lúc còn sống các bạn phải thấu suốt chân tánh của mối tương quan của chúng. Thân xác ở đây, trong thế giới này. Nó là một sản phẩm của thế giới này, một sản phẩm của các yếu tố (*các đại*), và nó tan rã trở lại vào thế giới loài người này, ở đó nó tan hoại. Tâm thức đi sang đời sống kế tiếp, trạng thái trung ấm và được *Yama, Thần Chết*, mời đi tiếp. Thần Chết xuất hiện cùng các sứ giả của ông ta và đưa tâm thức tới trạng thái tái sinh kế tiếp. Cái thực sự dẫn dắt tâm thức là các tích tập thuộc nghiệp tích cực và tiêu cực của ta. Nếu ta có thiện nghiệp vượt trội thì ta sẽ được tái sinh trong các tầng cấp hiện hữu cao hơn, trong các cõi trời và cao xa hơn nữa. Nếu ta có các tích tập tiêu cực vượt trội thì ta sẽ tái sinh trong các cõi thấp. Với sự hiểu biết này, các bạn có thể hiểu rõ tầm quan trọng của việc học pháp *Dzogchen*.

Có nhiều truyền thống *Dzogchen* khác nhau. Trong truyền thống của tôi, sự nhấn mạnh nằm ở việc có được sự xác quyết của *cái thấy* bằng cách nhận ra giác tánh nội tại. Một khi giác tánh nội tại được nhận ra, nó phải được duy trì bằng sự thiền định. Nhờ sức mạnh của thiền định, hành động của ta thiện lành một cách tự nhiên. Dĩ nhiên, ta còn phải thực hiện các thực hành như lễ lạy, cúng dường *mạn-đà-la*, sáu *ba-la-mật*, và v.v...và ta vẫn phải quan tâm tới việc từ bỏ ác hạnh và tích tập thiện hạnh. Có người nói rằng, một khi hành động hay sự hoạt động đã được chứng ngộ thì không cần thiết phải thực sự làm bất cứ thực hành nào với thân thể của các bạn, và các bạn có thể thực hành sáu *ba-la-mật* với tâm các bạn. Nhưng khi chúng ta nói về hành động có tính chất giác ngộ thì điều này bao gồm cả hoạt động vật lý, nó phải được thực hiện với một tâm thức không bao giờ dao động khỏi sự tỉnh giác của cái thấy, nó là sự nhận ra bản tánh của các bạn như giác tánh nội tại. Như vậy, khi các vọng tưởng xuất hiện, chúng được tự giải thoát ngay khi xuất hiện. Đó là sự thiền định, bởi nhờ việc hộ trì nhận biết của các bạn về giác tánh nội tại mà các ý niệm xuất hiện và được tự giải thoát một cách tự nhiên. *Cái thấy* của *Dzogchen* hủy diệt sự phóng tâm; thiền định cho phép ta chịu đựng mọi khía cạnh của nghịch cảnh; và hành động được giải thoát khỏi giới hạn của sự mong cầu và phiền muộn. Kết quả là việc đạt được trạng thái Phật quả. Và bởi vì tất cả chúng ta phải đau khổ vì sinh, già, bệnh và chết, nên điều cực kỳ quan trọng là phải thọ nhận các sự ban phước (gia hộ) của giáo lý *Dzogchen*, và khi thực hành *Dzogchen*, sẽ rất cần thiết và lợi lạc nếu ta thực hiện các thiện hạnh với thân thể ta. Khi thực hành *Dzogchen* các bạn còn cần tận lực để học hỏi con đường *Sutra* (*Kinh*) và nhận thức bản tánh của *tánh Không* theo sự tiếp cận Kinh điển, bởi lẽ bất kỳ điều gì được học hỏi từ các thừa khác đều sẽ nâng cao cái thấy *Dzogchen* của các bạn.

Đây là một giáo lý dễ hiểu, có thể được ban cho những người bình thường, và không cần một thời gian dài để thành tựu hay đòi hỏi thật nhiều điều phức tạp. Nó được truyền dạy bởi ba dòng truyền thừa: dòng truyền dạy tâm truyền tâm, dòng truyền dạy nhờ các biểu tượng và dòng khẩu truyền. Về sự truyền dạy, tất cả các truyền thống *Dzogchen* được bao hàm trong hai phạm trù được gọi là *trekchod* và *tugal*. *Trekchod* có nghĩa là *"cắt đứt thấu đến tánh thanh tịnh nguyên thủy"* và *tugal* nghĩa là *"vượt qua với hiện diện tự nhiên"*. Sự cắt đứt để đi đến tánh thanh tịnh nguyên thủy có nghĩa là chứng ngộ cái thấy. Sự vượt qua với sự hiện diện tự nhiên có nghĩa là nhận ra bốn thị kiến của thực hành *tugal*. Bốn thị kiến này là: gặp gỡ Pháp tánh (*dharmata*), kinh nghiệm mở rộng, *rigpa* đạt tới mức độ viên mãn của nó, và sự tiêu tan các hiện tượng trong chân tánh của chúng. Kết quả của sự tu tập này là thân cái bình trẻ trung, là nơi ngơi nghỉ bất biến của đấng bảo hộ nguyên sơ, Đức *Samantabhadra* (Phổ Hiền).

Truyền thống *Dzogchen* này là một pháp môn mà người ta thường nói là không thể truyền bá rộng rãi, nhưng ở Tây Tạng, tôi dạy *Dzogchen* trên một căn bản quy củ, đặc biệt cho những người lớn tuổi. Có khoảng sáu tới bảy trăm người lớn tuổi ở *Golok* đến học giáo lý *Dzogchen* với tôi. Những người Tây Tạng già này không thể nghe và nhìn rõ, nhưng họ là các hành giả rất tốt. Và rồi có nhiều thanh niên đến thọ nhận giáo lý *Dzogchen*, họ luôn luôn nói là họ yêu thích được nghe Pháp và Pháp cực kỳ hấp dẫn đối với họ, nhưng một khi rời khỏi phòng của tôi, họ không thực hành do bị phóng tâm bởi những thứ khác. Tôi biết rằng trong tương lai tôi sẽ bị chỉ trích, bởi người ta sẽ nói rằng tôi đến Mỹ và giảng dạy rộng rãi pháp *Dzogchen*, và đây là điều tôi sẽ phải đối phó. Tuy nhiên, xin hãy hiểu rõ rằng, tôi đến đây là vì lợi lạc của chúng sinh và tôi có một mục đích, một lý do để có mặt ở đây. Tôi dự định hoàn thành mục đích ấy và đó đúng là những gì tôi đang làm.

Tôi có một vài lời khuyên cho các *Lama* và nhà sư có mặt ở đây hôm nay. Các *Lama* và nhà sư cần có một chứng ngộ nào đó về *Dzogchen*, đặc biệt là nếu họ sắp nhận lãnh các sự cúng dường để làm các thực hành nhân danh người đã chết. Nếu họ không có bất kỳ chứng ngộ *Dzogchen* nào thì làm sao họ có thể dẫn dắt một tâm thức từ trạng thái *bardo* đi tới trạng thái cao hơn của sự giải thoát, hoặc thậm chí chỉ đơn giản là trợ giúp người khác tẩy trừ các chướng ngại? Các chướng ngại phát sinh từ các ý niệm, và vì thế nếu người nào không có bất kỳ chứng ngộ *Dzogchen* nào thì sẽ có thêm các ý niệm được tạo ra và vị *Lama* hay nhà sư đó sẽ không có năng lực để loại trừ những ý niệm trước hết gây nên chướng ngại. Điều rất quan trọng là phải thực hành *Dzogchen* để thành tựu tất cả các thực hành này vì sự lợi lạc của những người khác. Và đó là lý do tại sao tôi đang ban tặng các giáo lý này ở đây. Ít nhất ta cần có tâm *Bồ-đề*. Điều tiên quyết quan trọng nhất đối với *Dzogchen* là tâm *Bồ-đề*.

# CHƯƠNG 4

# ĐIỂM TRỌNG YẾU THỨ HAI:
# XÁC QUYẾT TRÊN MỘT ĐIỀU

**Đ**iểm trọng yếu đầu tiên là sự *nhận ra chân tánh của các bạn.* Điều này đã được thảo luận. Điểm trọng yếu thứ hai là sự *xác quyết trên một điều trong thiền định.* Việc nhận ra bản tánh là sự thành tựu cái thấy. Một khi bản tánh được nhận ra, sự thiền định cần được hiểu rõ. Thiền định được sử dụng để xác quyết trên một điều. Có sự xác quyết trên một điều, đó là sự nhận ra bản tánh của riêng ta. Như Ngài *Jigme Lingpa* đã nói: *"Trong khi ngơi nghỉ trong sự nhận ra rigpa, sẽ không có thậm chí một mảy may xao lãng lang thang và một vi trần (nguyên tử) thiền định nào."*

Các giáo huấn này là những giáo lý tối hậu về việc tọa thiền như thế nào và làm sao duy trì an định suốt trong ba thời *quá khứ, hiện tại* và *tương lai* - tức là vào ban ngày, ban đêm, trong khi thiền định và trong các kinh nghiệm sau khi thiền định. Trong mọi lúc và trong mọi tình huống, ta không ngừng an nghỉ trong *rigpa*. Đây là sự thực hành thiền định, là điểm trọng yếu thứ hai về sự *xác quyết trên một điều.* Chính điều đó là cái mà các bạn duy trì không ngừng nghỉ. Tâm không ngừng nghỉ, và nếu sự tỉnh giác được duy trì thì ta không bao giờ xa lìa với chân tánh của ta. *Rigpa* có nghĩa là sự nhận ra bản tánh của tâm.

Hôm qua tôi đã nói qua về sự thiền định *shamatha (chỉ)* và *vipashyana (quán)*, sự an trú yên bình và sự quán chiếu thấu suốt. Các tiếp cận *Dzogchen* với các giáo lý này có khác biệt các trường phái Phật giáo. Sự an trú yên bình giống như một đại dương không có sóng, hoàn toàn yên tĩnh. Thông thường, bản tánh của đại dương là sự chuyển động và sự phô diễn của mọi sự chuyển động đó là những con sóng. Khi nước lắng dịu và yên tĩnh, nó trở nên trong trẻo và các bạn có thể thấy rõ. Nó trở nên hoàn toàn trong vắt và được so sánh với sự quán chiếu thấu suốt. Cũng thế, sự trong sáng xuất phát từ một tâm thức an tĩnh. Bởi bản tánh của giác tánh nội tại thì không bị ngăn che bởi bất cứ điều gì, không có những phân biệt hay các giới hạn được áp đặt lên tâm thức. Không có các biên giới. Những trạng thái xuất hiện trong bầu trời như những đám mây và bóng tối, ngăn che sự tinh khôi của không gian, và điều đó tương tự như các ý niệm phát sinh trong tâm chúng ta. Khi chúng ta nghỉ ngơi trong giác tánh *rigpa*, các che chướng đó không hiện hữu, và khi chúng không hiện hữu, chúng ta an trụ một cách yên bình.

Khi chúng ta đang an trụ yên bình trong *rigpa*, sự trong sáng của *rigpa* hiện hữu như vốn có và sự trong sáng đó là sự quán chiếu thấu suốt. Các con sóng của sự mê lầm bị tiệt trừ và giác tánh nội tại tự sinh tự biểu lộ như sự quán chiếu thấu suốt. Sự quán chiếu thấu suốt này cũng có thể được gọi là *svabhavikakaya* (Thân Tự tánh) - hiện thân bản tánh của thực tại đúng như đang hiện hữu - sự trong sáng trống không, nó cũng là Pháp thân. Nó không tách lìa Pháp thân. Trong khi duy trì cái thấy *rigpa*, là sự thiền định, bất cứ điều gì xuất hiện trong tâm, dù là các cảm xúc về nỗi vui hay nỗi buồn, đều không được đeo đuổi theo. Nếu các bạn đeo đuổi các tư tưởng và cảm xúc xuất hiện, đeo bám vào tri giác *chủ thể* và *khách thể*, thì các bạn đang sử dụng tâm thức ý niệm bình thường và đang tích tập các tập khí. Không có gì để làm với *rigpa*. Không có sự thiền định được áp đặt lên cái thấy *Dzogchen*. Cái thấy chính là sự thiền định. Nếu có điều gì được áp đặt, một vài loại kỹ thuật, thì nó trở thành tri giác mê lầm, các hiện tượng mê lầm.

Ta phải quen thuộc với sự duy trì cái thấy trong trạng

thái tự nhiên của nó. Nếu ta không quen thuộc với điều đó thì sự thiền định là một dòng vọng tưởng ngăn che *rigpa*. Làm thế nào có thể củng cố việc nhận ra *rigpa* của các bạn nếu như các con sóng vọng tưởng đang liên tục đổ tràn lên nó? Đây là một giáo huấn trực chỉ cốt tủy về cách *thiền định không thiền định*. Không có gì để nắm giữ như một sự thiền định. Các bạn phải hợp nhất cái thấy và sự thiền định giống như nước và sữa. Nếu các bạn không biết cách để làm điều này, các bạn là một người bình thường đang thực hành một vài hình thức thiền định thấp hơn. Nói thế không có nghĩa rằng các loại thiền định khác là các cấp bậc không có giá trị trên con đường, nhưng chúng không phải là thiền định *Dzogchen*.

*Dzogchen* không có thiền định. Bản tánh thì trống không và bản tánh trống không đó là sự bao la vô hạn của *Pháp tánh*. Nó là một cái gì không bao giờ xa lìa nhưng các bạn hoàn toàn chưa từng thấy nó trước đây. Vì thế, giờ đây các bạn phải làm sáng tỏ nó. Các bạn phải hiểu rõ sự quân bình của tâm thức của riêng các bạn. Nó là giác tánh nội tại, sự trong sáng trống không thoát khỏi bất kỳ loại tạo tác nào. Dù điều gì xuất hiện, niềm hạnh phúc hay nỗi buồn phiền, hoặc bất cứ điều gì, chỉ cho phép nó biểu lộ như sự xuất hiện tự nhiên từ *tánh Không* và sau đó tan hòa trở lại vào *tánh Không*. Để tiến trình đó có thể xảy ra một cách tự nhiên, và sẽ phải như thế, các bạn phải thành tựu sự xác quyết trong cái thấy và duy trì nó trong sự thiền định. Nếu các bạn không có sự xác quyết mạnh mẽ, các bạn sẽ không có năng lực cần thiết để duy trì cái thấy khi đứng trước một cuộc tấn công của các vọng tưởng.

Các bạn đừng tự cho mình là một đại thiền giả, có những tư tưởng như: "*Không ai thiền định tốt hơn tôi.*" Đó là một thái độ không thích đáng, không nên có sau khi thọ nhận và thực hành các giáo lý này. Một người thấu hiểu *Dzogchen* biết rằng "*cái tôi*" không hiện hữu. "Tôi" không hiện hữu, vì thế hãy quên *"cái tôi"* không hiện hữu đó đi và để cho bản tánh của các bạn an trú trong trạng thái tự nhiên của nó. Rồi thì các khuynh hướng *nhị nguyên* sẽ xuất hiện, nhưng giống như các đám mây thình lình hình thành trong bầu trời, chúng sẽ tan biến ngay sau đó. Chúng đến và đi một cách tự nhiên nếu không được đeo đuổi. Dù tốt hay xấu, chúng đều sẽ xuất hiện và tan hòa trong không gian trống không của giác tánh nội tại. Điều hết sức quan trọng là hiểu rõ sự *không thiền định* của đại định tự sinh và duy trì trạng thái này trong mọi lúc và trong mọi tình huống.

Trong Phật giáo, có những cách tiếp cận khác chẳng hạn như phái Tiểu thừa. Nếu người theo Tiểu thừa bị hấp dẫn bởi một người khác phái thì người ấy phải lập tức nghĩ tưởng: *"Ồ, người đó không đáng ham muốn bởi thân thể anh (cô) ấy được tạo nên bởi thịt, xương và máu."* và tu tập tâm thức để suy tưởng về đối tượng như một cái gì đáng nhàm chán. Hoặc nếu người nào đó có ác cảm đối với những kẻ thù và ái luyến với những người thân thì lập tức họ tu tập tâm thức bằng cách nghĩ: *"Ồ, thôi nào, điều này không đúng mặc dù bây giờ tôi cảm nhận nó, nhưng vì trong quá khứ những thân quyến này đã từng là các kẻ thù của tôi và những kẻ thù này đã từng là quyến thuộc của tôi."* Và họ phải nỗ lực thay đổi sự mê lầm của mình bằng cách hiểu biết trên bình diện tri thức sự tiếp cận đúng đắn là gì. Đây là cách tiếp cận của các truyền thống khác, và khi tôi nói *"các truyền thống khác"*, tôi muốn nói rằng nó vẫn là một tiếp cận của Phật giáo, nhưng không phải là cách tiếp cận của *Dzogchen*.

Xin hiểu rõ rằng cách đối trị sự xuất hiện của các vọng tưởng chỉ *đơn giản là duy trì cái thấy.* Với cách đối trị độc nhất này, mọi ý niệm được giải thoát, cho dù chúng vui thích hay không đáng ưa thích. Có thể các mê lầm của các bạn đang sôi sục như một nồi súp, nhưng điều đó không thành vấn đề, bởi nếu các bạn duy trì cái thấy thì bất luận các mê lầm đó có thể mạnh mẽ đến đâu, chúng sẽ tan biến khi đứng trước giác tánh nội tại là bản tánh của các bạn. Với bí quyết này, tất cả các vấn đề được đồng thời giải quyết.

*Cái thấy* giải trừ sự phóng tâm, *thiền định* cho phép ta chịu đựng mọi tình trạng nghịch cảnh, *hành động* là an trụ vượt trên sự lấy và bỏ, và kết quả là đạt đến nơi chốn an nghỉ bất động. Một khi đã thực sự thành tựu *Dzogchen* theo cách này thì cho dù có ai hăm doạ sẽ giết các bạn, các bạn cũng sẽ không sợ hãi, vì thiền giả *Dzogchen* biết rõ rằng không có gì là chân thật hay thực có, mà đúng hơn chỉ là ảo tưởng. Sự sợ hãi tuyệt đối không được kinh nghiệm vào lúc thành tựu.

Theo các hệ thống triết học khác, có vô số cách đối trị được sử dụng để đối phó với các niệm tưởng sinh khởi ngăn cản chúng ta an trụ trong giác tánh *rigpa*. Nhưng khi tới *Dzogchen* thì chỉ có một cách đối trị độc nhất là duy trì việc nhận ra giác tánh nội tại.

Bằng cách biết rõ một điều, mọi sự được giải thoát, mọi sự được tự do. Có ba cách để giải thoát các vọng tưởng: (1) nhận biết các vọng tưởng là gì, theo cách các bạn nhận ra một người quen cũ; (2) hiểu rõ rằng chúng không ích lợi và cũng chẳng có hại; và (3) để chúng tự giải thoát giống như một con rắn đang khoanh tròn duỗi mình ra một cách tự nhiên.

Bản chất của tâm là sự chói sáng trống không, giống như những tia sáng chói lọi của mặt trời. Có những tình thế ngăn cản năng lực và sự chói sáng của mặt trời, chẳng hạn như bóng tối, những đám mây và mưa dông. Những tình thế này cũng tương tự như các ý niệm ngăn che nhận ra *rigpa* của chúng ta, và vì thế mặt trời tạm thời bị ngăn che đối với cái thấy của ta. Những đám mây trên bầu trời là những tình thế nhất thời, nhưng rồi một cơn gió mạnh xuất hiện và xua tan mây mù. Tám mươi bốn ngàn loại mê lầm là cực kỳ mãnh liệt nếu như các bạn không thể phân biệt giữa một vọng tưởng thô và tế. Nó rất nguy hiểm và các bạn có thể rơi vào quan điểm hư vô theo đánh giá của thiền định *Dzogchen*. Ta có thể để cho mình hoàn toàn mờ đục, ngơ ngẩn và bị sốc, ở trong một tình trạng tăm tối nhưng không nhận biết tình trạng là như thế và cho rằng đó là thiền định. Nếu các bạn bị cảnh sát bắt giữ vì liên quan đến hoạt động phi pháp nào đó, thình lình bị bắt và lôi đi, các bạn sẽ xúc động mạnh mẽ. Khi ấy, dù có ai đang nói chuyện với bạn, bạn sẽ không nhận ra anh ta. Điều này cũng giống như trạng thái tăm tối nặng nề mà một thiền giả có thể mắc phải. Đó không phải giác tánh nội tại mà là một sự trệch hướng trầm trọng. Cũng giống như một trạng thái ngủ sâu, trong đó không có các giấc mơ hay sự tỉnh giác nào mà chỉ là một trạng thái mờ đục, nặng nề, tăm tối. Gốc rễ của những gì gây nên trạng thái này phải bị cắt đứt, loại bỏ.

Ở Tây Tạng, chúng tôi tin là có loài rồng. Thật vậy, chúng tôi biết chúng hiện hữu, nhưng có lẽ do sự giáo dục ở Tây phương nên các bạn không tin là chúng có thật. Các bạn có thể cho rằng chúng chỉ là sự kết hợp của các dòng điện dương và âm tạo nên hình dạng của những con rồng trên bầu trời, nhưng các bạn hoàn toàn không biết điều gì khác. Các bạn không biết về điều mà các bạn đang bàn. Những con rồng luôn luôn hiện hữu nhưng các bạn không tin tôi. Những con rồng này, một loại thuộc loài rắn, thực sự sống ở đáy các đại dương, những con sông và các vùng nước khác. Chúng sống trong nước, nước là không gian của chúng và thực sự không có sự phân biệt nào. Khi chúng nổi lên từ dưới nước, chúng tạo nên một loại hiện tượng bão táp do bởi năng lực chúng dùng để nổi lên. Ở *Golok* có một con sông được gọi là *Machu*, rất rộng, giống như sông Hằng ở Ấn Độ. Tôi nhớ điều gì đó đã xảy ra ở đấy khi tôi còn là một đứa bé. Một con rồng nổi lên từ sông *Machu* như một cơn bão táp khổng lồ. Có vẻ như toàn thể thị trấn sắp bị tiêu hủy, nhưng con rồng đã nhấc bổng thị trấn lên và đặt xuống ở vị trí khác, hoàn toàn nguyên vẹn, không có chút thiệt hại nào. Những con rồng này có rất nhiều năng lực kỳ diệu. Tôi biết các bạn không tin tôi.

Tương tự như vậy, các bạn cho rằng các niệm tưởng bất thiện thì vô hại. Từ quan điểm *Dzogchen*, khi các bạn đang ở trong thiền định, chúng không làm hại giác tánh nội tại. Bản tánh của tâm là không mê lầm, nhưng khi các niệm tưởng mê lầm phát sinh, hình thành và được vận dụng, chúng tích tập các khuynh hướng gây tổn hại cho bản tánh thiện do sự phóng tâm xuất hiện. Bản tánh của chân lý, *Pháp tánh*, không bao giờ bị tổn hại bởi bất kỳ điều gì xấu ác. Điều đó không thể. Nhưng một cách tạm thời, vòng sinh tử bắt đầu hoạt động. Mỗi một chúng sinh hữu tình có các tập quán và khuynh hướng khiến họ đi vào vòng sinh tử. Họ có các tập quán của sự tái sinh đặc thù đó. Chúng sinh trải nghiệm đau khổ và hỉ lạc từng lúc gián đoạn. Chúng sinh vẫn ở trong sinh tử là do ác hạnh. Một sự tái sinh cao hơn hay trạng thái tâm thức cao hơn nữa là nhờ sự tích tập đức hạnh. Đây là một dấu hiệu cho thấy rằng khi vòng sinh tử còn tồn tại thì đức hạnh và ác hạnh vẫn lợi lạc và có hại một cách tương ứng. Cho tới khi nào tất cả các pháp phức hợp bị cạn kiệt vào bản tánh nền tảng của thực tại thì tiến trình *hại* và *lợi* này mới ngưng hiện hữu. Đó là trạng thái Phật quả, và ta sẽ không thoát khỏi vòng tròn của sinh tử - lợi và hại và v.v... - cho tới khi quả Phật được thành tựu.

Các bạn phải duy trì khía cạnh tỉnh thức của nền tảng giác tánh nội tại và hiểu rõ sự phô diễn vô thường của các hiện tượng. Nền tảng không phải tạm thời. Nền tảng, tánh Không, là thường hằng, nhưng sự hoạt động của nền tảng khi nó tự phô diễn là tạm thời, đôi khi tích cực và đôi khi tiêu cực. Các bạn phải duy trì sự tỉnh giác về nền tảng trong suốt thời gian của sự phô diễn, và trong sự phô diễn đó các kinh nghiệm khác như sự hỉ lạc, trong sáng và vô niệm sẽ xuất hiện. Những kinh nghiệm này sẽ xuất hiện nhưng chúng cần được nhìn như các khía cạnh của sự phô diễn.

Ba kinh nghiệm về sự hỉ lạc, trong sáng và vô niệm không bao giờ được lầm lẫn như các khía cạnh của thiền định *Dzogchen*. Trong mọi lúc và trong mọi tình huống, ta phải duy trì sự nhận biết về giác tánh nội tại tươi mới, trần trụi như bản tánh trí tuệ nguyên thủy của tâm. Việc lạc hướng do bám víu vào các ý niệm thông thường là hiểu sai con đường *Dzogchen* và ta sẽ tiếp tục tích tập các nguyên nhân cho sự tái sinh trong sinh tử. Do trở nên tham luyến sự hỉ lạc, ta đi vào Dục giới; do trở nên tham luyến sự trong sáng, ta đi vào Sắc giới; và do tham luyến sự vô niệm, ta đi vào Vô sắc giới. Các vọng tưởng ngăn che giác tánh trống không, nhưng bản tánh của chúng là Pháp thân. Vì thế, khi các vọng tưởng xuất hiện, chúng không gây nên sự đe dọa mà chỉ là sự phô diễn của Pháp thân, và ta không cần có bất kỳ phản ứng đối kháng nào với chúng. Dù đó là sự hỉ lạc, trong sáng hay một vài kinh nghiệm về hạnh phúc xuất hiện trong tâm thức, hãy để tâm các bạn ở trong bản tánh trinh nguyên của giác tánh nội tại.

Trong văn bản gốc nói: "*Sau đó, dù tâm các bạn sôi nổi hay yên tĩnh, dù các bạn sân hận hay tham luyến, dù vui hay buồn, trong mọi lúc và mọi cơ hội hãy chấp nhận Pháp thân đã được nhận ra và để cho ánh sáng con hợp nhất với ánh sáng mẹ đã được nhận biết. Hãy nghỉ ngơi trong trạng thái giác tánh không thể diễn bày. Hãy tiêu diệt nhiều lần sự vô niệm, hỉ lạc, trong sáng, và vọng tưởng. Để cho âm tiết của trí tuệ và phương tiện tức khắc đánh gục chúng.*"

Âm tiết đó là PHAT. PHAT được cấu tạo bởi hai chữ, PHA và T. Chữ PHA là chữ tương ứng với nguyên lý nam, phương tiện thiện xảo, và chữ T là nguyên lý nữ, trí tuệ. Khi phương tiện thiện xảo và trí tuệ được hợp nhất, chúng cắt đứt một cuộc tấn công của các vọng tưởng lẫy lừng. Các bạn không cần kêu la hay thét lên âm PHAT. Tất cả những gì các bạn cần làm là an trụ trong tỉnh thức về giác tánh nội tại. Vào lúc la lên tiếng PHAT, các thực hành mật chú nên được giữ bí mật và vì thế cho dù là một gia chủ, các bạn hãy cố gắng đi tới một căn phòng trong nhà và đóng cửa lại khi đang thực hành. Các bạn thực hành ở một nơi mọi người không nhìn thấy, không cần giữ những tư thế và hạ đôi mắt xuống, nghĩa là các dáng vẻ để cho người ta biết rằng các bạn đang làm một cuộc thiền định, bởi điều đó đem lại sự kiêu ngạo và chỉ đưa tám pháp thế tục vào sự thực hành của các bạn. Loại thực hành *Dzogchen* này cần được thực hiện một cách kín đáo. Các bạn nên thiền định bí mật trên đỉnh núi hay ở nơi nào đó mà người ta không thể tìm thấy các bạn. Hãy kín đáo trong sự thực hành của bạn.

Trong bản văn gốc nói: *"Không có khác biệt giữa thiền định và hậu thiền định. Không có sự phân chia giữa các thời khóa và sự gián đoạn. Hãy ngơi nghỉ liên tục trong trạng thái không bị phân chia."*

Trong khi các bạn ở trong sự thiền định hay an định, các bạn cần an trụ trong giác tánh nội tại trống không và rồi khi các bạn ngưng thời khóa đó, đứng dậy và bắt đầu các hoạt động bình thường của các bạn như uống trà và v.v..., thì đó là sự phân chia. Điều đó được gọi là hậu thiền định. Trong một ý nghĩa bên trong, sự phân chia là như sau: Khi các bạn ở trong giác tánh nội tại, đó là *định*, và khi các vọng tưởng phát khởi, đó là *hậu định*. Nhưng thực sự không có sự phân biệt. Đó là vấn đề được tạo ra khi bản văn nói: *"Không có sự phân chia giữa các thời khóa và sự gián đoạn."* Gián đoạn là sự phát khởi của các vọng tưởng, nhưng nếu ta đang thực sự hộ trì các giáo lý đã được trình bày thì không có sự gián đoạn - đó là một dòng chảy, một sự tương tục.

Bản văn gốc nói tiếp: "*Tuy nhiên, chừng nào mà các bạn không đạt được sự kiên cố, thì cần thiết phải thực hành việc từ bỏ các phóng tâm.*" Vì thế, trong mọi lúc và mọi tình huống, hãy duy trì sự liên tục duy nhất của Pháp thân. Hãy xác định rằng không có gì hơn được việc này. Xác quyết trên một điều là điểm trọng yếu thứ hai.

Trong thiền định không có chỗ cho sự phóng tâm, dù chỉ bằng một sợi tóc. Ta không bao giờ được tách lìa khỏi giác tánh nội tại. Đây là bản tánh của việc duy trì cái thấy và thiền định *Dzogchen*. Đây là con đường của sự thấu biết Phật quả là nền tảng, và đây là bản tánh căn bản của tất cả chúng sinh. Một cách tạm thời, chúng sinh bị ngăn che bởi sự mê lầm, nhưng bản tánh căn bản của họ là bản tánh của một vị Phật. Đây là con đường của *không thiền định*, kết quả bất khả đắc. Kết quả "*bất khả đắc*" có nghĩa là không có đích đến. Không có đích đến bởi vì tất cả những gì ta cần làm chỉ là loại trừ sự ô nhiễm của hai che chướng và sự giải thoát xảy ra. Nó tự phát sinh. Không có gì để tìm kiếm. Làm sao có thể có điều gì để tìm kiếm khi các bạn đã sở hữu hai trạng thái của sự thấu suốt trí tuệ siêu việt - sự thấu suốt bản tánh tuyệt đối hoàn toàn đúng thật như đang hiện hữu và sự thấu suốt các sự vật hiện hữu không bị ngăn che một cách tự nhiên như thế nào?

Đây là hai loại *prajna* (*trí tuệ*). *Prajna* thứ nhất nói tới việc không có sự hiện hữu nội tại của một bản ngã. Các bạn đã có tâm Phật này. Đây là bản tánh của các bạn. Thấu biết nó là thành tựu mục đích của riêng bạn là Pháp thân và đồng thời thành tựu mục đích của những người khác bằng các biểu lộ khác nhau của sắc thân. Đây là cái mà các bạn phải biểu lộ - Phật tánh thường trụ bên trong của chính bạn trong phạm vi nền tảng, con đường, và kết quả. Đây là sự phô diễn huyền diệu vĩ đại bản tánh của tâm.

Xin hiểu rõ rằng các vọng tưởng sẽ không bao giờ làm hại các bạn. Hãy duy trì sự thiền định về cái thấy và đạt được nơi ngơi nghỉ vững chắc, bất biến. Ta phải đạt được sự hoàn toàn kiên cố trong thực hành cho tới khi nơi chốn bất biến này được chứng ngộ, bởi vì *"nơi ngơi nghỉ bất biến"* có nghĩa là ta không bao giờ rơi trở lại sự bất lực trong việc duy trì giác tánh nội tại. Nếu các bạn trải qua thời gian khó khăn như một người sơ học thì như có nói trong bản văn, cần thiết phải thực hành từ bỏ các phóng tâm. Sẽ không dễ dàng thực hiện loại thực hành này giữa sự rối loạn và những phóng tâm mạnh mẽ, vì thế các bạn cần thiền định trong sự cô tịch.

Nếu các bạn không thể đạt được một chỗ an lập vững chắc trong việc thành tựu sự kiên cố bằng thực hành an định, các bạn sẽ không bao giờ có được năng lực trong kinh nghiệm sau thiền định. Không có một định lực mạnh mẽ - có nghĩa là giác tánh nội tại - các bạn sẽ không có năng lực để đưa kinh nghiệm đó ra đối mặt với các nghịch cảnh của đời sống thường ngày. Điều đó sẽ không xảy ra một cách dễ dàng. Các bạn phải có các thời khóa thiền định chính thức để thâu đạt được sức mạnh và sự kiên cố trong thiền định hay hậu thiền định. Nếu không, sẽ có nhiều cạm bẫy. Có nhiều cạm bẫy để nói đến, nhưng cạm bẫy to lớn và thô lậu nhất là tình trạng chung mà tất cả chúng sinh hữu tình kinh nghiệm. Đây là trạng thái mê lầm của sự không nhận ra giác tánh nội tại đã ở với chúng ta từ vô thủy. Trong tất cả các che chướng thì đây là sự ngăn che thâm căn cố đế nhất. Vì thế, chúng ta phải có khả năng vượt khỏi nó bằng cách duy trì sự liên tục thường hằng và duy nhất của giác tánh Pháp thân. Như bản văn gốc nói: *"Hãy xác định rằng không có gì hơn được việc này."* Vì thế, đây là điểm trọng yếu thứ hai: *xác quyết trên một điều.*

# CHƯƠNG 5

# ĐIỂM TRỌNG YẾU THỨ BA:
# SỰ XÁC TÍN TRONG GIẢI THOÁT

Chủ đề chúng ta đang thảo luận là *tịnh quang thừa* của Đại Viên Mãn *Nying-Thig (Tâm Yếu)*. Bậc Thầy của con đường sau xa này là Đức Phật trong hiển lộ Pháp thân của Ngài là *Samantabhadra* (Phổ Hiền), Đức Phật nguyên thủy, đáng đã hiển lộ *mạn-đà-la* trí tuệ nguyên thủy của sự biểu lộ Pháp thân.

Giáo lý về *Ba Lời Đánh vào Điểm Trọng* yếu này có liên quan tới *cái thấy, thiền định* và *hành động*. Chúng tương ứng với danh xưng của ba bậc nắm giữ dòng truyền thừa vĩ đại. *Cái thấy* là *Longchen Rabjam*, "*sự bao la vô hạn vĩ đại*". Thiền định là *Khyentse Ozer*, "*các tia sáng của sự trí tuệ và tình thương*". Hành động của *Gyalwe Nyugu*, "*trưởng tử của các đấng Chiến Thắng*". Điểm trọng yếu thứ nhất là nhận ra bản tánh của các bạn. Điểm thứ hai là xác quyết trên một điều.

Bây giờ chúng ta bắt đầu với điểm thứ ba. Điểm này liên quan tới *hành động* và tương ứng với danh xưng *Gyalwe Nyugu*, "*trưởng tử của các đấng Chiến Thắng*". Cách thức mà các bạn nên thực hành là an trụ trong sự tỉnh giác về ba điểm giải thoát vọng tưởng.

Điểm thứ nhất là nhận ra giác tánh nội tại chính là bản tánh của bạn. Việc nhận ra bản tánh của bạn cũng giống như nhận ra một người quen biết cũ mà các bạn đã rất lâu không gặp. Đó là một sự nhận ra hiển nhiên.

Điểm thứ hai, an trú mà không có bất kỳ bận tâm nào tới *lợi* hay *hại* khi các bạn ngơi nghỉ trong giác tánh nội tại. Điều này giống như kẻ trộm vào một căn nhà trống và nhận thấy không có gì để trộm cắp, và vì thế không có lợi cũng không có hại.

Điểm thứ ba để giải thoát vọng tưởng là tương tự như con rắn tự duỗi mình ra một cách tự nhiên. Một *yogin* ngoại hạng khi duy trì cái thấy theo cách này sẽ không bao giờ rơi vào cạm bẫy của mối bận tâm đối với *lợi* hay *hại*. Tuy nhiên, lúc ban đầu, trước khi các bạn đạt tới cấp độ đó, các bạn phải nhận ra các vọng tưởng. Việc đơn thuần nhận ra chúng cũng giống như con rắn tự duỗi mình ra.

Với ba cách giải thoát này, ta có thể giải thoát các vọng tưởng một cách phù hợp. Có một so sánh tương đồng với sự thiền định không đúng đắn: ta muốn tránh ánh nắng mặt trời và vào nghỉ trong một bóng cây, rồi lại đứng dậy và có thể lại quay vào nghỉ trong bóng mát. Các bạn đừng thiền định theo cách này, bởi các bạn sẽ không đối mặt với tham và sân, ưa thích và ghét bỏ bằng cách tiếp cận đúng đắn và các bạn sẽ không thể chiến thắng chúng.

Vì các hiện tượng phức hợp được đặt nền trên sự vô minh hay thiếu tỉnh giác mà chúng ta đã lang thang vô tận trong vòng sinh tử. Bất kỳ cố gắng nào để trở nên thoải mái bằng cách tìm cầu những gì ưa thích và tránh né những điều ghét bỏ, hoặc bằng việc theo đuổi bất kỳ điều gì xuất hiện, sẽ chỉ kéo dài sự bất lực của bạn trong việc hộ trì sự nhận biết *rigpa*. Các bạn cần làm việc với ba phương thức để giải thoát các vọng tưởng, vốn là những gì các bạn kinh nghiệm như những bông tuyết rơi trên một tảng đá cháy nóng, lập tức tan ra, hoặc như những gì bạn vồ vập lấy như con kên kên vồ chụp một con chim nhỏ. Các bạn cần giữ gìn giáo lý về tánh giác để có thể kinh nghiệm các tư tưởng phát khởi và được giải thoát một cách đồng thời. Đây là cách mà truyền thống *Nying-Thig* thực hành giáo lý *Dzogchen*.

Có những lúc tâm thức tràn đầy sự tham luyến rất mạnh mẽ, sự mãnh liệt tiềm ẩn của các biến cố tâm lý thứ yếu, nó áp đảo sự thiền định. Nếu các bạn tự cho phép mình đi theo những tư tưởng này trong thiền định thì các bạn sẽ tích tập nhiều thêm nữa các nguyên nhân cho vòng sinh tử. Nếu các bạn cho phép tâm thức niệm tưởng phàm tục này chiến thắng các bạn, thì các bạn đang tích tập các dấu vết nghiệp trên *ālaya* (a-lại-da thức), cấp độ tâm thức nền tảng của kinh nghiệm thông thường. Và đây chính là những gì các bạn mang theo mình như hành trang đi tới những đời sau. Lệ thuộc vào những tập khí đó, các bạn sẽ có những khuynh hướng chín muồi trong đời này và những đời tương lai. Vì thế các bạn phải thận trọng.

Có một so sánh tương đồng với việc vẽ hình trên nước. Hình vẽ trên nước giống như sự phát khởi của các vọng tưởng; còn nước thì giống như giác tánh nội tại *rigpa*. Điều này được gọi là trạng thái tự giải thoát xảy ra một cách tự nhiên. Bất kỳ vọng tưởng nào xuất hiện cần được xem như những hình vẽ trên nước: chúng xuất hiện từ nước và tan biến lại trong nước. Chúng hoàn toàn không thể sờ mó được. Mọi vọng tưởng xuất hiện từ *rigpa* tan biến trở lại vào *rigpa*, và khoảnh khắc đó chúng ta kinh nghiệm sự tự giải thoát xảy ra một cách tự nhiên.

Bất kỳ sự hình thành tư tưởng nào khởi sinh từ *rigpa* phải được xem như thực phẩm tươi ngon cho giác tánh trống không, vì cho dù là loại tư tưởng nào cũng đều là biểu lộ của Pháp thân. Đó là sự phô diễn của Pháp thân, vốn không dấu vết và tự do một cách tự nhiên. Chúng ta tìm thấy cách diễn cảm "A La La" trong bản văn gốc. Đây là sự biểu lộ ngạc nhiên hay kỳ diệu. Trong trường hợp này, sự ngạc nhiên phải thực hiện với nhận thức bất ngờ rằng thậm chí các vọng tưởng cũng là một biểu lộ của Pháp thân.

Là một hành giả bình thường, do khuynh hướng mạnh mẽ này bị khuynh loát bởi sự giam cầm của các tích tập nghiệp và sự hiện diện của các tích tập này, chúng ta có thể cho rằng ta phải kiềm hãm các tư tưởng và hoàn thành điều gì đó. Vì thế chúng ta bị vướng mắc trong tiến trình "sản sinh cái gì đó" để tiệt trừ mọi tập quán đã được tích tập. Đừng để cho những tình huống này chế ngự. Thay vào đó, chỉ đơn giản ghi nhớ tính cách tự giải thoát xảy ra một cách tự nhiên này. Khi các ý niệm phát khởi, chúng tự giải thoát nếu các bạn hiểu rõ ba cách thức giải thoát. Sự nhận thức cũng giống như nhận ra một người quen đã lâu không gặp trong một đám đông. Các tư tưởng tự giải thoát trong sự nhận thức đó.

Một cách khác là các bạn nhận thức rằng chúng không có lợi hay có hại. Việc nhận thức rằng không có lợi hay có hại cũng giống như một tên trộm vội vã vào một căn nhà rồi nhận ra là nó trống không và không có gì để lấy trộm.

Các tư tưởng cũng có thể tự giải thoát như một con rắn tự duỗi mình ra. Chỉ cần thư giãn và biết rằng đây là giáo huấn cốt tủy quan trọng nhất. Điều này tách Dzogchen khỏi các con đường khác, gồm cả Trung quán và *Mahamudra* (*Đại Ấn*). Đây là giáo lý *Dzogchen* cao tột nhất.

Có những cấp bậc thiền định khác đưa ta tới những mức độ cao hơn trong Sắc giới và Vô sắc giới, nhưng những cách thiền định đó cũng giống như sữa hay bơ đã bị hỏng, vì chúng là những trệch hướng đối với con đường đi tới sự thiền định chân thật. Bản tánh của *tánh Không* là Pháp thân và sự thiền định là thiền định của sự ngơi nghỉ trong bản tánh của thực tại đúng như nó đang hiện hữu. Đây không phải là kiểu thiền định phân tích. Đây là cách thức mọi khía cạnh của nghịch cảnh được đưa vào con đường để ngăn cản bất kỳ sự lạc lối nào do nỗ lực phân biệt giữa xấu và tốt, cần thiết và không cần thiết. Không có sự hiểu biết này, thiền định sẽ là con đường lầm lạc (*vô minh*). Đây là sự thiền định duy nhất giải thoát ta khỏi con đường lầm lạc.

Sự giải thoát không đến từ các kỹ thuật *shamatha* được sử dụng bởi cách tiếp cận của Tiểu thừa, vì với các kỹ thuật này ta chỉ có thể thành tựu một trạng thái an trú yên bình tạm thời. Chúng không giải thoát tâm thức khỏi vấn đề căn bản, và vì thế các vọng tưởng tiếp tục phát khởi. Đây là lý do vì sao việc đạt được sự xác tín trong cái thấy và việc duy trì sự thiền định phù hợp với cái thấy là rất quan trọng. Đó là phương cách duy nhất để giải trừ các vọng tưởng. Với kỹ thuật này, các bạn sẽ như một người đi tới một đại lục tràn ngập châu báu và không có bất cứ một hòn đá tầm thường nào. Các vọng tưởng không đáng sợ chút nào. Chúng trở thành dòng chảy mãi không ngừng của việc duy trì sự xác tín vào cái thấy.

Trong kinh nghiệm này, mọi tri giác mê lầm được tịnh hóa trong sự phô diễn của Pháp thân, và mọi nghịch cảnh xuất hiện như những bằng hữu của ta. Mọi mê lầm được bao hàm như con đường và sinh tử không bị loại trừ. Sinh tử là toàn hảo trong bản tánh bẩm sinh của nó và ta được giải thoát khỏi trói buộc của sự hiện hữu hiện tượng, bởi ta đã kinh nghiệm trạng thái giải thoát không thể tìm kiếm và vốn là như thế. Nếu ta không có kinh nghiệm này về Pháp thân, vốn không phải là một sự thiền định, thì ta không bao giờ có thể hy vọng có được bất kỳ kết quả nào trên con đường. Bất kỳ sự thiền định nào mà ta thực hiện cũng sẽ chẳng bao giờ có lợi lạc. Đó sẽ chỉ là con đường lầm lạc, vì ta vẫn bị trói buộc bởi sự bám chấp và dính mắc nhị nguyên.

Sự bám chấp vào bản ngã và dính mắc với các hình tướng khách quan đã gây nên một sự phân cách giữa *bản ngã* với các đối tượng và sự phân cách giữa chúng sinh với Phật tánh, hay sinh tử với *Niết-bàn*. Nếu ta thực hành kỹ thuật *Dzogchen* về sự xác định cái thấy và duy trì sự thiền định, là sự tỉnh giác về cái thấy, thì ta sẽ được giải thoát khỏi sự trói buộc của bám chấp và dính mắc nhị nguyên. Đây là trạng thái không do trau giồi (tu tập) của Pháp thân. Ta đã có được sự xác tín nơi giải thoát, hiểu rõ đây là cách thức duy nhất để thành tựu sự giải thoát và sự xác tín đó là điểm trọng yếu thứ ba.

Cái thấy là *Longchen Rabjam*, thiền định là *Khyentse Ozer*, hành động là *Gyalwe Nyugu*. Trong *Dzogchen*, chúng ta có *cái thấy, thiền định, hành động*, và kết quả, chúng tạo thành sự thành tựu toàn khắp về giác tánh nội tại. Khi trạng thái giác tánh nội tại này trở nên hoàn toàn rõ ràng, nó là tri giác trực tiếp của *Pháp tánh*, có năng lực soi sáng mọi cấp độ bóng tối, giống như mặt trời và mặt trăng chiếu sáng bóng tối vô minh.

Tiến trình đó bắt đầu với cái thấy, là sự nhận ra bản tánh tỉnh giác nội tại của ta. Nhờ thực hành, cái thấy trở thành sự thuần tịnh nguyên thủy, tương ứng với *trekchod* "xuyên *thẳng đến sự thuần tịnh nguyên thủy*". Các bạn dùng cái thấy để xuyên thẳng đến sự thuần tịnh nguyên thủy. Trạng thái thuần tịnh nguyên thủy đó là sự trong sáng rỗng rang nền tảng, không bao giờ bị ô nhiễm bởi các tập khí, không có vết tích của đức hạnh hay ác hạnh. Trạng thái đó tinh khôi và viên mãn tự thân, là cực điểm của tất cả chín thừa.

Sự thành tựu pháp *Dzogchen* này là kết quả tối hậu của tất cả những con đường khác nhau trong Phật Pháp, nhưng cuối cùng để thành tựu con đường đó các bạn phải thành tựu Dzogchen. Nhờ thành tựu trạng thái thuần tịnh nguyên thủy này, ta trực tiếp gặp gỡ bản tánh trí tuệ tự sinh của ta. Để gặp gỡ bản tánh trí tuệ tự sinh một cách trực tiếp, ta thiền định theo ba phương cách để giải thoát các vọng tưởng và đạt được trạng thái toàn giác viên mãn này. Mọi sự được bao gồm trong trạng thái toàn giác viên mãn này. Mọi sự mà loài người biết tới đều vốn có trong đó. Cho dù các bạn không trải qua thời gian để học hỏi những điều này, tâm thức các bạn sẽ tự nhiên mở rộng qua sự thực hành, và tánh giác toàn trí bẩm sinh bao la sẽ tự hiển lộ. Mức độ cao cấp này được đạt tới với thị kiến thứ ba của *tưgal* được gọi là "*mức độ viên mãn của rigpa*". Trong sự thực hành các bạn sẽ đạt đến mức độ nhận ra được rằng trước đây mình đã từng mê lầm nhưng giờ thì không còn nữa. Bạn sẽ cảm nhận được rằng mình đã từng là một chúng sinh tầm thường, nhưng giờ đây là một vị *A-la-hán*. Bạn sẽ đạt đến chỗ nhận biết sự khác nhau ấy và điều đó sẽ không thay đổi. Khi các bạn còn là một chúng sinh, hôm nay các bạn có thể đức hạnh và ngày mai trở nên vô đạo đức, bởi các bạn có thể thay đổi. Nhưng khi các bạn đạt tới cấp độ này của *Dzogchen* thì không thể có sự thay đổi hay thối lui (*bất thối chuyển*).

Vào lúc ta gặp gỡ bốn ánh sáng, gồm cả ánh sáng của "*trí tuệ tự sinh*", trí tuệ bẩm sinh của ta bắt đầu sáng chói đến nỗi sự toàn giác nội tại hiển lộ. Đây là sự chứng ngộ bản tánh của *shunyata* (*tánh Không*) vốn thấm đẫm lòng trắc ẩn và đại bi bẩm sinh. Rồi thì lòng từ ái và bi mẫn tự phô diễn khiến ta thực sự có thể làm chủ đời mình như một vị Bồ Tát, là bậc mà cách hành động tự biểu lộ như một hành giả của sáu *ba-la-mật*. Hành động này sẽ trở thành một đại dương mênh mông của Bồ Tát hạnh, huy hoàng và chói ngời như những tia nắng mặt trời chiếu sáng đồng thời mọi phía.

Cái thấy này của sự tiếp cận tịnh quang - con đường *Kim Cương thừa Đại Viên Mãn* - là vô song. Đây là các giáo lý siêu việt nhất từng được trình bày trong thế giới này. Nếu đã từng có một giáo huấn trực chỉ cốt tủy, thì giáo huấn đó chính là pháp *Dzogchen*. Giáo huấn trực chỉ này được truyền trực tiếp từ Đức Phật nguyên thủy *Samantabhadra* (Phổ Hiền) tới Đức *Vajrasattva*. Ngài truyền nó cho ngài *Garab Dorje*, xuống tới vị *Guru* gốc của tôi. Guru truyền giáo lý này cho tôi như tinh chất của trái tim ngài trong hình thức của các giáo huấn trực chỉ cốt tủy. Giáo lý này được trình bày qua những ngôn từ súc tích không thể nghĩ bàn và hết sức sâu xa. Ngài *Patrul Rinpoche* đã nói về chính mình khi ngài viết bản văn gốc này, là di chúc cuối cùng của ngài *Garab Dorje*: "Dù tôi là người đã không thực hành thiền định cũng vẫn có được những lợi lạc to lớn." Đây là một cách biểu lộ sự khiêm tốn. Dĩ nhiên, điều đó không có nghĩa là ngài đã không đạt được trạng thái thành tựu đó. Đây là dòng khẩu truyền cổ xưa, trước tiên nó phải được nghe để cắt đứt mọi nghi ngờ, sau đó được tư duy để củng cố sự xác tín hoàn toàn, và cuối cùng được thiền định để đem lại năng lực vốn tiềm ẩn.

Giáo lý này về cái thấy, thiền định, hành động, và kết quả được truyền dạy lúc ban đầu bởi ngài *Garab Dorje* vĩ đại khi ngài ra đi trong thân cầu vồng. Thân ngài là một trái cầu ánh sáng trong bầu trời khi vị đệ tử *Manjushrimitra* cầu xin ngài ban cho các giáo huấn cốt tủy trước khi ngài biến mất. Các giáo huấn đến từ quả cầu ánh sáng này và được *Manjushrimitra* nhận lãnh. Ngay chính giây phút đó, tâm thức của *Manjushrimitra* và *Garab Dorje* hợp nhất và trở thành không hai. Đây là di chúc cuối cùng của *Garab Dorje*.

Ngài *Longchen Rabjam* đã dành trọn đời mình để thực hành giáo lý này và đã đạt được thị kiến thứ tư của *tögal* được gọi là "*sự tan biến của các hiện tượng trong chân tánh của chúng*". Điều này có nghĩa là sự nhị nguyên ngừng hiện hữu, và đó là sự giác ngộ. Hoạt động giác ngộ của Ngài đã viên mãn, và Ngài đã thọ nhận dòng truyền dạy tâm truyền tâm. Sau đó, *Longchen Rabjam* xuất hiện với *Jigme Lingpa* trong một linh kiến và truyền các giáo lý này cho ngài. Đến lượt *Jigme Lingpa* đã thiền định về các giáo lý này và truyền chúng cho đệ tử chính của ngài là *Gyalwe Nyugu*. Vị này tu tập thành tựu và truyền các giáo lý này cho *Patrul Rinpoche*, là bậc đã viết bản văn này.

Giáo lý này là sự truyền dạy của ba dòng truyền thừa:

dòng tâm truyền tâm, dòng truyền dạy bằng các biểu tượng, và dòng khẩu truyền. Đây là vàng đã được tinh lọc. Nó không chỉ là vàng, nó được tinh lọc, là cốt tủy của tám mươi bốn ngàn pháp môn. Nó là tâm yếu của ba dòng truyền thừa, được bí mật trao cho các đệ tử tâm đắc. Nó là ý nghĩa sâu xa và lời nói từ tâm. Một người thực hành giáo lý này chắc chắn sẽ đạt được giác ngộ trong chỉ một thân, ngay trong đời này. Nó không được chia sẻ với bất kỳ người nào có sự nghi ngờ. Tuy nhiên, không chỉ bày giáo lý này cho người có đức tin sẽ là một thất bại to lớn. Đây là giáo lý đặc biệt của *Khepa Shri Gyalpo, Patrul Rinpoche*, ngài sống vào khoảng một trăm bảy mươi năm trước. Ngài có nhiều đệ tử đã trở thành các Đạo sư vĩ đại của thời đại chúng ta và là các bậc Thầy của chúng ta, và chính từ các ngài mà ta nhận lãnh giáo lý. Sự truyền thừa như thế không phải là quá xa xôi.

# CHƯƠNG 6

# KẾT LUẬN

Như chúng ta đã thảo luận trước đây, tất cả các Giáo pháp đều có thiện hạnh vào lúc bắt đầu, ở khoảng giữa và vào lúc kết thúc. Thiện hạnh vào lúc bắt đầu là một nhánh của chủ đề đã giảng và được bao gồm khi tôi giảng về những điều kiện tiên quyết của thực hành *Dzogchen*. Điều này mở rộng tới việc thực sự lắng nghe giáo lý, bản thân nó là thiện hạnh ở khoảng giữa. Thiện hạnh vào lúc kết thúc là sự hồi hướng công đức.

Hãy suy nghĩ về cách thức *Naropa* liên hệ với *Tilopa*, *Milarepa* liên hệ với *Marpa*, các *vidyadhara* vĩ đại trong quá khứ liên hệ với những bậc Thầy của các ngài, và hai mươi lăm đệ tử của *Guru Rinpoche* liên hệ với Đạo sư kim cương của các ngài. Ba phương cách cúng dường chính mình cho Đạo sư là: tuân theo các giáo huấn về Pháp mà ngài đã giảng dạy, phụng sự Đạo sư theo bất kỳ cách nào ta có thể, và cúng dường vật phẩm lên Đạo sư. Chúng ta phải hoàn tất bất cứ điều gì vị Đạo sư kim cương yêu cầu. Và nếu chúng ta thực hiện như thế thì chỉ trong một đời chúng ta sẽ thành tựu trạng thái bốn nhánh của một *vidyadhara*.

Nếu các bạn thực hành các giáo lý mà các bạn vừa thọ nhận thì trong trường hợp tốt nhất, các bạn sẽ đạt được giác ngộ trong một đời, đạt được thân cầu vồng. Tình huống tốt đẹp kế tiếp sẽ là vào lúc các bạn thở ra hơi cuối cùng, là giây phút chết, khi các bạn gặp gỡ khía cạnh mẹ của tịnh quang. Bởi các bạn đã từng chuẩn bị khía cạnh con của tịnh quang, hay ánh sáng của con đường, nên khi đó đứa con sà vào lòng mẹ, là ánh sáng căn bản, và cả hai hợp nhất khi các bạn được giải thoát vào giây phút chết.

Vào lúc chết, có hai cách có thể đi tới: đi thẳng lên hoặc đi thẳng xuống. Đi thẳng lên là cách một *yogi* hảo hạng được giải thoát. Khi hơi thở sau cùng được thở ra từ thân xác, tâm thức tan vào Pháp thân. Không có bất kỳ giai đoạn tan rã bình thường nào (của các đại và các uẩn), khía cạnh con của tịnh quang gặp gỡ khía cạnh mẹ và sự giải thoát xảy ra. Bất kỳ ai đã phạm vào bất cứ loại nào trong năm ác hạnh ghê gớm đều sẽ đi thẳng xuống. Đây là các tích tập nghiệp nặng nề nhất mà người ta có thể tưởng tượng ra được. Năm điều ác đó là: giết cha, giết mẹ, giết bổn sư của ta, báng bổ Chánh Pháp và gây ra sự mất hòa hợp trong Tăng đoàn. Sự báng bổ Pháp có nghĩa là sau khi bắt đầu con đường này và tự cam kết, sau khi đã đặt lòng tin và sự sùng mộ nơi Pháp, đã hoàn toàn tin tưởng vào Đức Phật và Phật Pháp, rồi lại hoàn toàn thay đổi thái độ, phát triển cái thấy sai lạc (tà kiến) và cho rằng các giáo lý đều không chân thật và không có gì là ác hạnh.

Trong *Doday Tharpa Chenpo*, bản kinh về sự giải thoát, có dạy rằng bất kỳ ai tích tập các loại ác hạnh này đều sẽ đi thẳng xuống (đọa lạc), và vào lúc chết, khi hơi thở sau cùng ra khỏi thân xác, sẽ không có giai đoạn tan rã nào cả. Hơi thở người ấy bị hút thẳng xuống qua lỗ dưới và tâm thức theo luồng khí đó đi xuống cõi địa ngục thấp nhất và ở đó trong vô số kiếp. Không có gì tệ hại hơn thế!

Nhìn quanh cả phòng này, có vẻ như tất cả các bạn đều có đức tin nơi đạo Phật. Nhưng xin hãy luôn ghi nhớ về năm ác hạnh ghê gớm này, bởi sẽ không có *bardo* đối với người đã phạm vào chúng. Cũng vậy, sẽ không có *bardo* đối với người đạt được giác ngộ trong đời họ hoặc vào lúc chết. Nếu các bạn đã từng chuẩn bị bằng sự thiền định và đã củng cố con đường thuộc khía cạnh con của tịnh quang đang chuẩn bị gặp gỡ mẹ nó - tịnh quang nền tảng - vào lúc chết, thì các bạn sẽ cảm thấy thật quen thuộc vào lúc đó, giống như một đứa con gặp được mẹ. Sẽ rất thoải mái và quen thuộc. Nhờ các tập quán và lễ thói tốt mà các bạn đã củng cố trong đời, các bạn có thể đạt được sự giải thoát vào Pháp thân khi chết.

Nếu điều đó không xảy ra, cơ hội kế tiếp để giải thoát sẽ xảy ra trong *bardo* ngay sau giây phút chết. Vào lúc đó, là một tâm thức *bardo*, các bạn sẽ bắt đầu tri giác các sự việc. Năm màu ánh sáng sẽ xuất hiện và từ chúng các cõi thanh tịnh của sự phô diễn từ hòa của các Bổn tôn Báo thân sẽ tuần tự hiển lộ. Nếu các bạn đã thực hành thiền định *Dzogchen*, nhận ra giác tánh nội tại, các bạn sẽ hiểu rằng đây là sự xuất hiện của bổn tánh của các bạn như giác tánh nội tại và các bạn sẽ được giải thoát vào lúc đó. Nếu các bạn có thói quen thực hành Bổn tôn, đặc biệt là các Bổn tôn hòa bình, khi đã củng cố những thói quen lợi lạc đó trong đời các bạn, thì nhờ ở lòng tin của các bạn khi các bạn nhìn thấy các Bổn tôn trong *bardo*, các bạn sẽ cảm thấy được thu hút tới các ngài và được giải thoát trong giác tánh Báo Thân.

Nếu điều đó không xảy ra thì các Bổn tôn từ hòa sẽ chuyển hóa thành những biểu lộ phẫn nộ, và đó là lúc *Bardo* Pháp tánh chấm dứt, *Bardo* Trở thành bắt đầu. Vào lúc này, việc đạt được giải thoát càng trở nên khó khăn hơn và sẽ hoàn toàn phụ thuộc vào các tập quán và khuynh hướng đã có. Điều quan trọng là đạt được giải thoát trước lúc đó, và việc giải thoát là điều hoàn toàn có thể được nếu các bạn thực hiện các sự thiền định mà tôi đã dạy về sự xuyên thẳng đến sự thuần tịnh nguyên thủy (*trekchod*) bằng cách duy trì cái thấy và thiền định Đại Viên Mãn.

Cũng sẽ rất ích lợi nếu trong đời này các bạn thực hành *tưgal*, sự vượt qua với sự hiện diện tự nhiên. Hãy luôn ghi nhớ để duy trì những giáo lý và thực hành này trong tim các bạn. Hãy có đức tin ở Phật Pháp và hãy tôn kính Đức Phật. Cho dù các bạn chỉ có một bức tượng màu vàng đơn sơ trên điện thờ, các bạn cần tôn kính bức tượng ấy và hiểu rõ nó tượng trưng cho điều gì. Các bạn cần rõ biết về chân lý không thể sai lạc của nghiệp, của nhân và quả, và tự làm quen với các Bổn tôn từ hòa và phẫn nộ để chuẩn bị cho việc nhận thức sự giác ngộ trong cõi thuần tịnh Báo thân. Điều tối quan trọng là phải quen thuộc với các Bổn tôn Báo thân này, bởi các bạn hoàn toàn có khả năng được giải thoát vào lúc đó trong *bardo*. Vì thế, xin hãy tự làm quen với các Bổn tôn và những vị Phật thuộc năm bộ.

Cuối cùng, đây là một cuộc giảng dạy tốt đẹp và tôi lấy làm hoan hỷ về điều này. Đây là một sự truyền Pháp đích thực. Nếu các bạn duy trì *cái thấy, thiền định* và *hành động Dzogchen* trong đời này, các bạn sẽ được giải thoát khi các bạn từ giã cuộc đời.

Tôi muốn nói thêm một lát về các cõi thuần tịnh khác nhau. Khi chúng ta nói về sự giác ngộ, chúng ta đang nói về việc an trụ trong các cõi hiện hữu không có đau khổ. Trong các cõi thuần tịnh, các bạn không phải lo lắng về việc sắp làm, về những gì sẽ làm trong một ngày nào đó, và mọi sự khó khăn, gian khổ chúng ta trải qua trong cuộc sống này. Không có sự đau khổ. Không có vòng sinh tử. Nếu các bạn thực hành *cái thấy, thiền định* và *hành động Dzogchen*, thì kết quả sẽ là sự giải thoát. Nhưng các bạn cũng cần tự mình quen thuộc với các cõi thuần tịnh, có đức tin vào đó và nỗ lực hướng tâm các bạn về những nơi đó. Nhờ sự chứng ngộ cái thấy về giác tánh nội tại và duy trì cái thấy đó, giây phút chết của các bạn được coi như *phowa* Pháp thân, sự chuyển di tâm thức Pháp thân. Nếu các bạn thành tựu sự thực hành thuộc giai đoạn phát triển và duy trì nó thì vào lúc chết, nó được gọi là sự chuyển di tâm thức Báo thân. Nếu các bạn cầu nguyện *guru* hay bậc Thầy thì vào lúc chết nó sẽ được gọi là sự chuyển di tâm thức Hóa thân.

Là các hành giả *Dzogchen* chúng ta cần nỗ lực chứng ngộ sự chuyển di tâm thức Pháp thân, đó là an trụ trong một trạng thái giác tánh nội tại trống không vào giây phút chết. Khi đó tâm thức sẽ tự nó kinh nghiệm thân này của thực tại tuyệt đối và được giải thoát trong cõi thuần tịnh Pháp thân. Nói chung, có rất nhiều cõi thuần tịnh, nhiều như những hạt nguyên tử trong ba ngàn thế giới, nhưng trong trạng thái vô minh hiện thời, chúng ta không thể nhìn thấy các cõi đó. Chúng ta bị ngăn cản không nhìn thấy nhiều sự việc, và một trong những sự việc này là năng lực để tri giác chư Phật trong cảnh giới của các ngài, nhưng hãy tin tôi, chư Phật luôn có ở đó, có ở khắp mọi nơi. Tất cả chư Phật đều luôn ở quanh ta.

Trong tất cả các cõi thuần tịnh, có ba cõi kỳ diệu nhất. Cõi thứ nhất là cõi thuần tịnh của *Guru Rinpoche*, Núi Huy Hoàng Màu Đồng Đỏ. Trong Núi Huy Hoàng Màu Đồng Đỏ này, *Guru Padmasambhava* an trụ và được vây quanh bởi vô số các *daka* và dakini. Đây là cõi thuần tịnh mà tôi luôn cầu nguyện để được tái sinh ở đó. Đây là nơi tâm thức tôi luôn đi tới trong sự thực hành. Cõi thuần tịnh thứ hai là cõi thuần tịnh Hỉ lạc Hiển Lộ phía đông, cảnh giới của Đức Phật *Vajrasattva*. Ở đây, Đức *Vajrasattva* được vây quanh bởi một hội chúng rộng lớn gồm chư Phật thuộc *Kim cương bộ* là những đấng kinh nghiệm tính bình đẳng của bốn thời, là kinh nghiệm không dứt về giác tánh giác ngộ. Những ai sinh ở cảnh giới đó sẽ an trụ vô thời hạn ở đó. Và khi sinh ra trong cõi Hỉ Lạc Hiển Lộ này, sự hiện diện của ta xuất hiện từ trong nhụy của một hoa sen, rồi ta lập tức nhìn thấy Đức *Vajrasattva* và an trụ vô hạn trong trạng thái hiện hữu này của giác tánh nội tại. Cõi thuần tịnh thứ ba là cõi cực lạc phương tây của Đức Phật *A-di-đà*, cõi thuần tịnh Cực Lạc.

Cõi này có màu hồng ngọc và tràn đầy một hội chúng rộng lớn gồm các Bổn tôn thuộc Liên Hoa bộ, các vị trời và thiên nữ, chư Phật và chư Bồ tát, các *vidyadhara* và các hành giả Mật thừa. Việc tái sinh về cõi đó rất dễ, có lẽ là dễ nhất nhờ có các lời nguyện của chính Đức Phật *A-di-đà*. Trước khi thành Phật Ngài từng phát nguyện rằng, bất cứ ai niệm tưởng danh hiệu Ngài sẽ có thể dễ dàng được tái sinh về cõi thuần tịnh Cực Lạc phương Tây. Và trong thực tế, đối với tất cả những ai có đức tin mạnh mẽ nơi Đức Phật A-di-đà và cầu nguyện với ngài, chính Ngài đã nói rằng sẽ đến đón họ trong *bardo* (khi lâm chung) và dẫn dắt họ tới cõi Cực Lạc.

Hy vọng lớn nhất của tôi là tất cả các bạn sẽ thành tựu giác ngộ trong thân xác này, ngay trong đời này. Nếu không được vậy thì hy vọng to lớn nhất của tôi khi truyền Pháp cho các bạn ở đây là các bạn sẽ có thể kinh nghiệm các cõi thuần tịnh này và có đức tin mạnh mẽ nơi chúng và giáo lý. Rồi thì các bạn sẽ không ân hận vào lúc chết. Các bạn có thể hoàn toàn hướng tâm tới mục tiêu của bạn và kinh nghiệm các trạng thái kỳ diệu này khi từ giã cõi đời.

# MỤC LỤC

# *Lời thưa*

Trong kinh Pháp Cú, đức Phật dạy rằng: "Pháp thí thắng mọi thí." Thực hành Pháp thí là chia sẻ, truyền rộng lời Phật dạy đến với mọi người. Mỗi người Phật tử đều có thể tùy theo khả năng để thực hành Pháp thí bằng những cách thức như sau:

1. Cố gắng học hiểu và thực hành những lời Phật dạy. Tự mình học hiểu càng sâu rộng thì việc chia sẻ, bố thí Pháp càng có hiệu quả lớn lao hơn. Nên nhớ rằng **việc đọc sách còn quan trọng hơn cả việc mua sách.**

2. Phải trân quý kinh điển, sách vở in ấn lời Phật dạy. Khi có điều kiện thì mua, thỉnh về nhà để tự mình và người trong gia đình đều có điều kiện học hỏi làm theo. Không nên giữ làm của riêng mà phải sẵn lòng chia sẻ, truyền rộng, khuyến khích nhiều người khác cùng đọc và học theo. Không nên để kinh sách nằm yên đóng bụi trên kệ sách, vì **kinh sách không có người đọc thì không thể mang lại lợi ích.**

3. Tùy theo khả năng mà đóng góp tài vật, công sức để hỗ trợ cho những người làm công việc biên soạn, dịch thuật, in ấn, lưu hành kinh sách, **để ngày càng có thêm nhiều kinh sách quý được in ấn, lưu hành.**

Thông thường, việc chi tiêu một số tiền nhỏ không thể mang lại lợi ích lớn, nhưng nếu sử dụng vào việc giúp lưu hành kinh sách thì lợi ích sẽ lớn lao không thể suy lường. Đó là vì đã giúp cho nhiều người có thể hiểu và làm theo lời Phật dạy. Mong sao quý Phật tử khắp nơi đều lưu tâm đóng góp sức mình vào những việc như trên.

# TINH YẾU THỰC HÀNH PHÁP THÍ

- *Mua thỉnh kinh sách về đọc, tự mình sẽ được rất nhiều lợi ích.*

- *Chia sẻ, truyền rộng bằng cách cho mượn, biếu tặng kinh sách đến nhiều người thì lợi ích ấy càng tăng thêm gấp nhiều lần.*

- *Đóng góp công sức, tài vật để hỗ trợ công việc biên soạn, dịch thuật, giảng giải, in ấn, lưu hành kinh sách thì công đức lớn lao không thể suy lường, vì có vô số người sẽ được lợi ích từ việc lưu hành kinh sách.*

Printed in the USA
CPSIA information can be obtained
at www.ICGtesting.com
LVHW010034280923
759269LV00013B/496